名誉主编　陈智睿(越南)

GIÁO TRÌNH KHẨU NGỮ TIẾNG VIỆT MỚI

新编越南语口语教程

【下册】

主　编：梁　远　　蔡　杰

副主编：黎巧萍

编写者：梁　远　　黎巧萍
　　　　蔡　杰　　唐秀珍

广西教育出版社
南宁

前　言

越南是中国通往东南亚的重要门户，是泛北部湾区域合作重要的发展中国家。越南经过20年的革新开放，经济发展迅猛，为区域合作注入了新的活力。随着中国—东盟自由贸易区的建立，每年一届的中国—东盟博览会永久落户广西南宁，我国与越南的政治、经济、文化往来日益频繁。

为了满足教学和广大读者学习越南语的需要，我们编写了这套《新编越南语口语教程》。本教程适合作为大学本科、专科、中等专科院校的口语教材，社会办学以及越南语爱好者自学的教材。教程分为两册，上册共19课，其中1～6课为语音部分，这部分对越南语语音的发音方法做了比较详尽的描述，并配有发音部位图，供初学者和虽然已经学过越南语语音，但还有一些音不会发或发不好的学习者进一步学习；7～19课为口语部分，每课紧扣一个主题，分别为：问候和告别、介绍、数的表达法、时间和度量衡的表达法、问路、打电话、银行、家庭、天气、婚嫁、参加追悼会、房地产(环境、风水、装修)、学习。下册共17课，各课主题分别为：购物、节日、租房、饮食、看病、上网、过海关、交通、娱乐、旅游、运动、会展、合同、贸易、邮电和通讯等。本教程涵盖了越南社会生活的各个主要方面，能为学习者今后与越南开展经商、旅游等交往活动打下良好的语言基础。本教程"注释"部分列举了大量的常用语言点，便于学习者掌握，并能举一反三，灵活运用所学知识。每课课文后面，附有"生词表""补充单词"和有针对性的练习等栏目，使学习者每学完一课，都能进行相应的操练，巩固所学，拓展运用。在每课书的后面还附有"常识"，主要简单介绍越南国家的政治、历史和风土人情等知识，以便学习者对越南有初步的了解。

本教程由我国"教育部非通用语种本科人才培养基地"——广西民族大学外国语学院骨干教师和广西唯一独立建制的外语类高校——广西东方外语职业技术学院骨干教师合作编写。教程充分利用了广西的地缘优势，紧跟越南语的语言变化发展，并经越南河内国家大学人文社会科学大学语言学系主任陈智睿（TRAN TRI DOI）教授审订，故本教程具有新颖性、实用性和权威性。

本教程得到广西民族大学领导、广西民族大学外国语学院领导和广西教育出版社领导、编辑以及陈智睿教授的大力支持，谨此致以衷心的感谢！

本教程上册发音部位图由蔡融融设计绘制，越南阮晋英勇（NGUYEN TAN ANH DUNG）先生对本教程部分课程中的越南语内容进行了补充校对，在此一并表示感谢。

由于我们水平有限，出现错误在所难免，祈望各位专家、广大读者不吝赐教。

编者

序

《新编越南语口语教程》是一个由集体完成的课题。我以审订者的身份阅读完全套教程，并对教程的一些内容进行补充或修改，使教程的语言体现出现代越南语"口语的新特性"。

本教程共两册，上册分为两部分，共19课；下册有17课。上册的19课中，用6个单元向学生和读者介绍了越南语语音知识；另外13课按具体交际环境提供了诸如问候、介绍、数和时间的表达、问路、打电话、银行常用语、谈论天气、介绍家庭和婚礼，以及参加葬礼等方面的口语课文。

下册的17课全部都是口语课文。这些口语课文给学生提供了众多以越南社会生活为交际背景的日常用语。这些交际背景有购物和租房，下饭馆或去看病，上网，过海关；也有交通、娱乐、旅游和参加体育锻炼的情景；还有参加博览会、去邮局、到理发店和照相馆、谈论经济合同及保护环境的交际用语。

从上册的第二部分到下册的每一篇课文，都是首先向学生提供一些日常基本句型。然后，学生可以看到越南人在一个个具体、典型的会话环境中是如何使用这些句子的。除了在每一课提供与交际环境相应的单词，还向学生解释，更准确地说是引导学生如何按越南人的口语习惯使用这些词语。每课之后，还向学生提供了与课文相关的、需要记忆的主要内容和练习，让学生自我操练学过的内容。

本教程有以下几个特点：

第一个特点，也是最突出的特点，是提供了丰富的常用词句，较全面地反映了当今越南社会生活的交际环境。编者之所以能做到这点，是他们正确地选用了越南社会日常生活中的题材，这说明编者有着现代越南语口语词句的扎实功底。

教程的第二个显著特点，是编者为各种交际题材选择了非常符合越南人"口语"表达方式的基本句子，在使用这些句子时，越南语学习者可以马上融入与母语国人交流的情境中，而不会在"外语学习者"与母语国人之间产生任何隔阂。在编写外语学习书籍时，要做到这一点，编者须在该语言所在国进行过地道的、高水准的语言学习和实践。

第三个特点是在提供越南语口语知识的同时，本教程也通过每篇课文，向学习者提供了相当多的关于越南和中国社会的知识。学习了这些社会知识，如果有机会去到越南，他们将能体会到在学习越南语过程中所学知识与外部社会是非常吻合的。而当越南人有机会到中国参观访问时，如果接待者使用本教程提供的越南语口语进行讲解，那么这些访问者就能获得了解中国的最好的条件。也许这也是编写者的另一成功之处。

本教程每一课的布局以及各个社会交际主题，编写者都已认真地推敲和合理地安排。因此，学完这部分内容后，学习者将会具备较好的越南语口语水平。越南语自学者也可以把本教程作为正式的资料。当自学者掌握了本教程的越南语后，他们也可以运用这些越南语自信地与越南人进行交际。

总的来说，对于母语是越南语的我来说，我认为这是一套好的口语教程，它准确地反映了现代越南语的现状。本教程是由几位有经验的、高水平的越南语教师执笔编写的，它较好地满足了中国大中专学生学习越南语口语的要求。

尽管已经非常努力，但由于技术等各方面的原因，本教程难免还有错漏的地方。作为教程的审订者，我恳请各位老师、学生以及其他的教程使用者多提宝贵意见，以便我们有机会把教程改得更好。我代表编写者衷心感谢各位提出宝贵意见。

在此郑重向广大读者推荐这套教程。

越南河内国家大学所属人文社会科学大学语言学系主任

中国广西民族大学外国语学院外聘教授

陈智睿　教授　博士（越南）

MỤC LỤC
目 录

BÀI ĐỌC KHẨU NGỮ

口语课文

Bài thứ 1　　　Mua sắm
第一课　　　购物

...bao nhiêu tiền?

多少钱？

Đắt thế.

这么贵。

Có thể bớt một ít được không?

可以便宜些吗？

...cỡ bao nhiêu?

......多大？

Có thể thử được không?

可以试吗？

Chọn thoải mái.

随便挑选。

▌▌ **Những câu cơ bản 基本句型** ▌▌

1. Đôi giầy này bao nhiêu tiền?

   这双鞋多少钱？

   600 nghìn đồng.

   60万盾。

2. Đắt thế. Có thể bớt một ít được không?

   这么贵。可以便宜些吗？

3. Chị mặc áo cỡ bao nhiêu?

你穿多大号的衣服?

Tôi mặc cỡ vừa.

我穿中号。

4. Anh thích màu gì?

你喜欢什么颜色?

Tôi thích màu xám.

我喜欢灰色。

5. Xin hỏi chị, tôi có thể thử chiếc quần này không?

请问我可以试试这条裤子吗?

Có, buồng thử ở bên kia.

可以, 试衣间在那边。

6. Tất cả đều là kiểu mới, các anh chị cứ chọn thoải mái đi.

全部都是新款, 你们随便挑选。

7. Cửa hàng này bán cả hàng cao cấp lẫn hàng bình thường.

这家商场高档的和普通的商品都卖。

8. Diamond Palaza (Đi-a-măng Pờ-la-da) nằm ở trung tâm thành phố Hồ Chí Minh, cạnh nhà thờ Đức Bà.

钻石购物广场位于胡志明市中心, 在圣母大教堂边上。

9. Siêu thị Metro (Mê-trô) chỉ bán hàng cho hội viên của mình.

麦德龙超市只面向会员销售商品。

Đàm thoại theo tình huống 情景对话

Hội thoại I   Mua đồ lưu niệm
会话1   买纪念品

A : Ngày kia tôi sẽ về nước, tôi định ngày mai đi mua ít quà để biểu họ hàng bạn bè.

甲：后天就要回国了，我想明天去买点儿礼物送给亲友。

B：Chị muốn mua những gì?

乙：你想买些什么？

A：Tôi muốn mua đặc sản địa phương.

甲：我想买些当地的特产。

B：Chị muốn mua đồ ăn hay là đồ lưu niệm?

乙：你想买食品还是纪念品？

A：Đều được cả. Chị có biết Việt Nam có đặc sản gì không?

甲：都可以。你知道越南有什么特产吗？

B：Việt Nam có rất nhiều đặc sản. Đồ ăn có cà phê này, bánh đậu xanh
　　này, mít sấy khô này v.v. Còn đồ lưu niệm thì có đồ gỗ này, tranh
　　sơn mài này v.v.

乙：越南有很多特产。食品有咖啡、绿豆糕、菠萝蜜干等，纪念品
　　有木制品、磨漆画等。

A：Ở đâu mua được những thứ này?

甲：这些东西在什么地方能买到？

B：Đồ ăn có thể mua ở siêu thị, vì hàng siêu thị tương đối đầy đủ.

乙：食品类的东西可以到超市购买，超市的品种比较齐全。

A：Thế còn đồ lưu niệm thì mua ở đâu?

甲：那纪念品到哪儿买？

B：Đồ lưu niệm có thể mua ở các cửa hàng bán đồ lưu niệm ở phố cổ.

乙：纪念品可以到古街的各纪念品商店挑选。

A：Mai chị đi cùng tôi được không?

甲：明天你有时间陪我去吗？

B：Được, ngày mai tôi đi cùng chị.

乙：可以，我明天陪你去买。

A：Cảm ơn chị, hẹn gặp chị ngày mai.

甲：谢谢, 明天见。

Hội thoại II   Ở cửa hàng đồ lưu niệm
会话2   在纪念品商店

A：Ta đi siêu thị mua đồ ăn trước hay là đi phố cổ mua đồ lưu niệm trước?

甲：我们先去超市买食品还是先去古街买纪念品?

B：Đi mua đồ lưu niệm trước nhé.

乙：先去买纪念品吧。

A：Xin hỏi đây có bán tranh sơn mài không?

甲：这里有磨漆画卖吗?

C：Có, chị muốn mua tranh sơn mài cỡ bao nhiêu, kiểu gì?

丙：有, 你要多大尺寸, 什么风格的?

A：Tôi muốn mua tranh cỡ chừng 16 inch, phong cảnh đồng quê Việt Nam.

甲：我想要16英寸左右的越南乡村风景画。

C：Tranh sơn mài đây, kiểu gì cũng có, các chị cứ chọn thoải mái nhé.

丙：磨漆画在这里, 什么风格的都有, 你们慢慢挑选吧。

A：Bức tranh này rất đẹp, bao nhiêu tiền hả anh?

甲：这幅磨漆画很好看, 多少钱?

C：Một trăm nghìn đồng.

丙：10万盾。

A：Làm gì mà đắt thế, 80 nghìn đồng được không?

甲：怎么那么贵, 8万盾行吗?

C：Thôi, bán mở hàng cho chị vậy.

丙：算了, 发市卖给你吧。

A：Bây giờ ta đi mua đồ gỗ ở đâu?

甲：现在我们去哪里买木制品?

B：Tôi đưa chị đi một cửa hàng bán toàn đồ gỗ.

乙：我带你到一家专卖木制品的商店去买。

A：Thế thì hay quá, ta đi đi.

甲：太好了, 咱们走吧。

Hội thoại III　　Ở siêu thị
会话3　　　　　在超市

B：Đây là siêu thị lớn nhất Hà Nội, ta mua đồ ăn ở đây nhé.

乙：这是河内最大的超市, 我们就在这买食品吧。

A：Siêu thị ở tầng mấy?

甲：超市在几楼?

B：Ở tầng 4, ta đi cầu thang máy lên nhé.

乙：四楼, 咱们坐电梯上去吧。

A：Tôi không ngờ siêu thị Hà Nội mặt hàng đầy đủ thế.

甲：没想到河内超市里的商品这么齐全。

B：Vâng, đồ ăn và các loại gia vị của Việt Nam, Trung Quốc, Nhật Bản
và phương Tây đều có cả.

乙：是的, 越南、中国、日本以及西式口味的食品和调味品在这儿都
能买到。

A：Ta đi chọn mua cà phê và bánh đậu xanh nhé.

甲：咱们去挑选咖啡和绿豆糕吧。

B：Bánh đậu xanh nổi tiếng nhất Việt Nam là bánh đậu xanh Rồng Vàng
tỉnh Hải Dương, rất ngon, rất nhiều khách nước ngoài thích mua.

乙：越南最有名的绿豆糕是海阳省产的金龙绿豆糕，口感很好，很多外国游客都喜欢买。

A：Thế tôi cũng mua mấy hộp về để biếu bạn.

甲：那我也买几盒回去送给亲友。

B：Chị có mua cà phê không?

乙：你想买咖啡吗?

A：Nghe nói cà phê Việt Nam rất nổi tiếng, vì thế tôi muốn mua ít cà phê.

甲：听说越南的咖啡很好，所以我想买一点儿。

B：Cà phê Trung Nguyên, cà phê Nescafe và cà phê Vina đều rất ngon.

乙：中原咖啡、雀巢咖啡以及威拿咖啡都是不错的选择。

A：Cà phê đen ngon hay là cà phê ba trong một (3 in 1) ngon?

甲：黑咖啡好还是速溶咖啡好?

B：Cái đó thì tùy, người thường uống cà phê nói chung thích uống cà phê đen, còn người ít uống thì hay uống cà phê ba trong một (3 in 1).

乙：这要看个人的口味，经常喝咖啡的人一般喜欢喝黑咖啡，偶尔喝的人一般喝速溶咖啡。

A：Tôi ít uống cà phê, vì thế mua cà phê ba trong một (3 in 1) thôi.

甲：我不常喝，还是买三合一速溶咖啡吧。

B：Chị có thể mua cà phê Nescafe ba trong một (3 in 1) , vì cà phê Nescafe chia làm ba loại: đậm đặc, đậm vừa và đậm nhẹ theo khẩu vị khác nhau.

乙：你可以买雀巢的速溶咖啡，雀巢的速溶咖啡分为高浓度、浓度适中和浓度较淡三种口味。

A：Tôi mua loại đậm vừa thôi. Hình như nhiều người thích uống cà phê này thì phải.

甲：我买浓度适中的。好像大多数人喜欢喝这种。

B：Ngoài những thứ đã mua, chị còn muốn mua quà gì nữa không?

乙：除了已经买的这些，你还想买些别的什么东西吗？

A：Tôi nghe nói nước hoa Việt Nam cũng rất nổi tiếng, nếu tiện thì tôi đi mua mấy lọ.

甲：我听说越南的香水也很有名，如果方便的话我想去买几瓶。

B：Sao lại không tiện, ngay ở tầng một mà. Nước hoa Việt Nam lẫn nước hoa nhập ngoại đều có cả.

乙：怎么不方便，在一楼就有。越南香水和进口香水都有。

A：Tôi chỉ muốn mua nước hoa Việt Nam thôi.

甲：我只想买越南香水。

B：Thế thì chị có thể mua nước hoa Sài Gòn, nước hoa Sài Gòn chủng loại phong phú, chất lượng tốt và giá cả cũng phải chăng.

乙：那你可以买西贡香水，西贡香水种类丰富，质量好而且价钱也不贵。

A：Chị chọn giúp tôi nhé.

甲：你帮我挑选吧。

词汇表

1. biếu　馈赠	2. họ hàng　亲戚
3. đặc sản　特产	4. đồ lưu niệm　纪念品
5. cà phê　咖啡	6. bánh đậu xanh　绿豆糕
7. mít sấy khô　菠萝蜜干	8. đồ gỗ　木制品
9. tranh sơn mài　磨漆画	10. siêu thị　超市
11. đầy đủ　丰富	12. phố cổ　古街
13. hẹn gặp　再见	14. cỡ　规格；尺寸
15. kiểu　款式；风格	16. mở hàng　发市

17. cầu thang máy　电梯

18. ngờ　料想

19. gia vị　调味品

20. cà phê đen　黑咖啡

21. cà phê ba trong một (3 in 1)　三合一速溶咖啡

22. đậm đặc　浓郁

23. nước hoa　香水

24. lẫn　和；跟

25. tiện　方便

26. Sài Gòn　西贡

27. chủng loại　种类

28. phải chăng　（价格）合理；不贵

Hướng dẫn　注释

1. …này…này　表示多种事物的列举。

例：Tôi thích ăn hoa quả, chẳng hạn như táo này, nho này, lê này.

我喜欢吃水果, 比如苹果、葡萄和梨。

Kỳ này chúng tôi học nhiều môn: toán này, vẽ này, văn này, tiếng Anh này v.v.

这学期我们学很多门课程：数学、画画、语文和英语等。

2. …hay (là) …　表选择。

例：Anh là sinh viên Lào hay là sinh viên Thái?

你是老挝学生还是泰国学生?

Chị thích nghe nhạc hay xem phim?

你喜欢听音乐还是看电影?

3. toàn　指某种东西数量很多, 没有别的。相当于汉语的"全是"。

例：Ở chợ bán toàn hoa.

市场卖的全是花。

Cửa hàng này toàn khách nước ngoài.

这家商店里全是外国人。

4. làm gì mà…　表示惊讶, 也有点不满意。相当于汉语的 "怎么那么……"

　　例：Làm gì mà lâu thế nhỉ.

　　怎么那么久呀。

　　Cái ô tô này, làm gì mà chậm như rùa thế!

　　这辆汽车怎么慢得像乌龟爬似的。

　5. Hình như…thì phải…　表示判断, 说话人对自己的判断不确定。

相当于汉语的 "好像……"

　　例：Hình như họ yêu nhau thì phải.

　　好像他们相爱了。

　　Hình như nó là con trai thì phải.

　　好像那是个男孩。

　6. hả　引出被询问的对象。

　　例：Mấy giờ rồi hả chị?

　　几点了?

　　Ngày mai anh đi đâu hả anh Minh?

　　阿明, 明天你去哪?

补充词汇:

hàng ế　滞销品　hàng chạy　畅销品	hàng tồn kho　库存货
hàng Tết　年货	tặng　赠送
khuyến mại (khuyến mãi)　促销	giảm giá　减价
hạ giá　削价	mặc cả　讲价
tranh thêu Đà Lạt　大叻刺绣画	tranh Đông Hồ　东湖画
tơ lụa Hà Đông　河东丝绸	gốm sứ Bát Tràng　八场陶瓷
đèn lồng Hội An　会安灯笼	thổ cẩm Sa Pa　沙巴织锦
đồ đá Đà Nẵng　岘港石器	đồ dùng hàng ngày　日用品
đồ điện gia dụng　家用电器	lò vi sóng　微波炉
bếp từ　电磁炉　bếp ga　煤气炉	nồi cơm điện　电饭锅

máy giặt　洗衣机　quạt máy　电风扇　máy ảnh　照相机

máy điều hòa nhiệt độ　空调　tủ lạnh　冰箱

máy tính để bàn　台式电脑　máy tính xách tay　手提电脑

điện thoại　电话　điện thoại di động　手机

đầu đĩa DVD　DVD机　mỹ phẩm　化妆品

trả tiền　付款　thanh toán　结算　card　卡

tiền mặt　现金　séc　支票　quầy thu tiền　收银台

biên lai　收据　hóa đơn　发票　bán lẻ　零售

bán buôn　批发　trả góp　按揭

Tập luyện các kiểu câu sau　句型拓展练习

1. …này…này

2. …hay (là)…

3. toàn

4. làm gì mà…

5. Hình như…thì phải…

6. hả

Tập nói theo chủ đề　对话拓展

1. 以购物为主题，进行一段顾客与销售人员的对话，要求不少于300字。

2. 向顾客推销一种商品。

Thường thức　常识

越南地处热带，盛产格木、柚木、楠木等经济价值较高的珍贵林木。粮食作物主要有稻米、玉米、高粱、薯类等。经济作物包括多年生的茶叶、橡胶、椰子、咖啡、可可、槟榔、油桐、胡椒、八角等，当年生的烟草、棉花、花生、甘蔗、豆类等。此外，还有种类繁多的水果，如：菠萝、香蕉、芒果、菠萝蜜、柚子、荔枝、柠檬，以及橘、桃、橙、栗、梨等。各种珍贵的林木以及咖啡等已经成为越南有名的特产。

过去，越南人买东西一般去市场和百货商店，商品的品种数量不是很丰富。实行革新开放政策后，在越南出现了很多大大小小的超市。河内较大的超市有长前购物广场、双塔商场和麦德龙超市等。 胡志明市有百盛商场、麦德龙超市和钻石购物广场等。这些商场和超市里的商品琳琅满目，质量上乘，每天都吸引大批的国内外客人。除了本国的商品，越南还有很多进口的商品，以满足不同阶层人士的需要。

越南还有很多做工精巧的工艺品，如木制品、磨漆画、丝绸画、陶瓷制品等。这些工艺品一般在位于市中心的古街的各个纪念品商店出售。另外，越南有生产香水的传统，香水品质好，香味多样。

Bài thứ 2   Ngày tết
第二课   节日

Chúc mừng…

祝……

Chúc…

祝……

Đi chợ hoa mua hoa đào.

去花市买桃花。

Đi chợ Tết sắm Tết

去年货市场买年货。

Đi xem hội.

去逛庙会。

Những câu cơ bản 基本句型

1. Chúc mừng năm mới!

   祝新年快乐!

   Chúc mừng Tết Nôen!

   祝圣诞节快乐!

   Chúc mừng sinh nhật anh!

   祝生日快乐!

2. Chúc bác năm mới an khang thịnh vượng!

祝您新年身体健康，兴旺发达！

3. Chúc chị ngon miệng!

祝你吃好！

4. Mình đi chợ hoa mua hoa đào nhé.

咱们去花市买桃花吧。

5. Ngày mai đi chợ Tết sắm Tết.

明天去年货市场买年货。

6. Các bạn rủ nhau đi xem hội.

大家约好去逛庙会。

Đàm thoại theo tình huống 情景对话

Hội thoại I　Đi chợ hoa
会话1　　　逛花市

A : Sao mấy hôm nay đường phố đông người thế nhỉ?

甲：这几天怎么街上这么多人？

B : Hôm nay là ngày 30 Tết, ngày Tết lớn nhất của người Việt Nam đấy, tôi định rủ cậu đi chợ hoa và chợ Tết đây.

乙：今天是大年三十，越南最大的节日，我正打算约你一起去花市和年货市场呢。

A : Chợ hoa và chợ Tết à? Nghĩa là chợ bán hoa và chợ bán hàng Tết à?

甲：花市和年货市场？是卖花和卖年货的市场吗？

B : Ừ, chợ bán các loại hoa, nhiều lắm. Còn chợ Tết thì bán rất nhiều thứ, nào là quần áo giầy dép, nào là bánh kẹo, rượu thuốc, còn có đặc sản của các nơi nữa cơ.

乙：是的，花市卖各种各样的花，很多。年货市场卖的商品品种很多，既有服装、鞋子，又有糖果、饼干、烟、酒，还有各地的特产。

A：Thế à? Mình đi ngay, mình cũng muốn biết chợ hoa và chợ Tết như thế nào.

甲：这样啊？那马上走吧，我也想看看花市和年货市场是怎么样的。

B：Cậu thấy không, toàn là hoa, đây là hoa đào, còn đây là hoa lay - ơn, bên kia còn có hoa cúc và hoa hồng nữa.

乙：你看到吗，全是花。这是桃花，这是剑兰，那边还有菊花和玫瑰花。

A：Ừ nhỉ, bao nhiêu là hoa, đẹp ơi là đẹp. Mình thấy chợ hoa bán hoa đào là chính, tại sao nhỉ?

甲：呀，那么多花，真是太美了。我觉得花市以卖桃花为主，为什么呢？

B：Ngày Tết, người miền Bắc Việt Nam có tục cắm hoa đào, nên nhà nào cũng mua hoa đào. Còn người miền Nam thì lại thích hoa mai.

乙：春节的时候，越南北部的人有插桃花的习俗，所以家家户户都买桃花。南部的人则喜欢梅花。

A：Ra thế, nhưng mình rất thích hoa lay - ơn. (hỏi người bán hoa) Lay-ơn đỏ bán thế nào hả chị?

甲：原来是这样。但我很喜欢剑兰。（问卖花的人）红色的剑兰怎么卖？

C：8.000 một bông. Mua đi bạn, hoa tươi lắm, toàn nụ đây này.

丙：8000一支。买一些吧，花很新鲜，看，全是含苞待放的花骨朵。

A：Đắt quá, đúng là chiều 30 có khác. Chúng em đi xem trước, chốc nữa mua sau.

甲：太贵了，大年三十下午就是不一样。我们先看一看，等一会儿再买。

B ：Thế bây giờ chúng mình đi chợ Tết nhé.

乙：那现在我们去年货市场吧。

B ：Đây rồi, chợ Tết lớn nhất năm nay đấy.

乙：到了，这是今年最大的年货市场。

A ：Mình không ngờ chợ Tết mặt hàng đầy đủ thế, như một hội chợ vậy.

甲：我没想到年货市场的商品这么齐全，就像一个商品博览会一样。

B ：Chợ Tết mấy năm nay thật không khác gì một hội chợ hàng Việt Nam chất lượng cao.

乙：这几年的年货市场跟越南优质商品博览会没什么差别。

A ：Thế hôm nay mình phải sắm nhiều thứ để đón một năm mới thật Việt Nam.

甲：那今天我得多买些东西来过一个越南式的新年。

Hội thoại II   Chúc Tết
会话2   拜年

A ：Em xin chào thầy cô. Năm mới, em đến chúc Tết thầy cô và gia đình. Chúc cả gia đình ta năm mới mạnh khỏe, nhiều may mắn.

甲：老师、师母好。今天是春节，我来给你们全家拜年。祝你们全家在新的一年里身体健康，好运连连。

B ：Ôi, cảm ơn em. Em tiến bộ lắm đấy, đã biết chúc Tết rất thành thạo bằng tiếng Việt rồi.

乙：噢，谢谢你。你进步很大呀，能用这么熟练的越南语拜年。

A ：Em cảm ơn cô, em sẽ cố gắng hơn nữa.

甲：谢谢师母，我会更加努力的。

B ：Thầy cô cũng chúc em tiến bộ nhanh này, học giỏi này, và luôn vui vẻ như hôm nay này. Tiện thể, bây giờ em vào ăn cơm với thầy cô đã.

乙：我们也祝你学习不断进步，取得更加优异的成绩，并且一直像今天一样快乐。到了家里，就顺便跟我们一起吃饭吧。

A：Em xin cảm ơn thầy cô ạ!

甲：谢谢老师、师母！

B：Em ăn đi. Đây là nem này, còn đây là giò lụa, cái này là măng, đây là dưa hành. Còn đây, chắc em biết rồi, phải không?

乙：你多吃点儿。这是春卷，这是瘦肉团子，这是竹笋，这是腌葱头。还有这个，你肯定知道是什么了，是不是？

A：Vâng ạ, bánh chưng thì em thích lắm. Hai ngày nay, em ăn bao nhiêu là bánh chưng. Đến nhà ai em cũng ăn toàn là bánh chưng, thế mà chẳng biết chán là gì.

甲：是的，这是粽子，我很喜欢吃。这两天，我吃了很多粽子。去到谁家都吃粽子，却百吃不厌。

B：Thầy cũng thế, mấy ngày Tết, thầy ăn toàn là bánh chưng, chẳng ăn gì khác cả. Em ăn nữa đi.

乙：你老师也一样，春节这几天，他全是吃粽子，不吃别的东西。你再吃点儿！

A：Dạ, em đủ rồi, em xin phép cô ạ.

甲：我吃好了，谢谢师母。

B：Thế thì em ăn dưa hấu nhé, đây là dưa hấu miền Nam, ngọt lắm.

乙：那你吃点儿西瓜吧，这是南方的西瓜，很甜的。

A：Vâng, cô cứ để em tự nhiên ạ.

甲：好的，我自己来。

B：Em uống cà phê hay chè để cô pha cho.

乙：你喝咖啡还是茶，我给你冲。

A : Em cảm ơn cô, cho em xin cốc cà phê ạ.

甲：谢谢师母，喝咖啡吧。

Hội thoại III   Đi xem hội
会话3   逛庙会

A : Xem này, ở đằng kia đông người quá!

甲：看，那边好多人啊！

B : Ừ, bọn mình đến nơi rồi đấy. Cậu đến hội Lim lần này là lần đầu tiên phải không?

乙：哦，咱们到了。你是第一次来逛林山庙会是吗？

A : Ừ, mình chỉ nghe nói hội Lim vui lắm chứ chưa bao giờ đến xem. Thế còn cậu, đi bao nhiêu lần rồi?

甲：是的，我只听说林山庙会很好玩，但从没来过。你呢，来多少次了？

B : Ồ, nhiều lắm, mình nhớ không xuể. Mỗi năm cả mình lẫn em mình, cũng đều đi hội Lim. Nhưng năm nay nó đi với bạn chứ không đi với mình nữa.

乙：哦，来很多次了，多得我都记不清了！每年我和我妹妹都来逛林山庙会。但今年她跟朋友一起来，不跟我来了。

A : Ô kìa, chỗ kia có đu bay, trông hay quá nhỉ?

甲：看，那边有人荡秋千，看起来很好玩哦。

B : Cậu có nghe thấy tiếng trống không? Ở chỗ đông người kia kìa. Họ xem đấu vật đấy.

乙：你听到鼓声了吗？就在那边人很多的地方！他们在看摔跤比赛呢！

A : Chà, đông như kiến! Vào xem được thì cả tớ lẫn cậu đều hết hơi.

甲：天啊，人这么多！要想挤进去看，我跟你气都要喘不过来了。

B：Ừ, chắc là không thể vào nổi. Lát nữa mình quay lại nhé. Cậu đã bao giờ xem đánh cờ người chưa?

乙：是呀，肯定挤不进去。等会儿咱们再转回来吧。你看过下人棋了没有？

A：Đánh cờ người à? Mình chỉ biết đánh cờ chứ chưa biết đánh cờ người là thế nào. Ở hội Lim cũng có à?

甲：下人棋？我只知道下棋，但从不知道下人棋是怎么回事。在林山庙会也有吗？

B：Có, rồi cậu sẽ thấy. Nhưng mà bây giờ mình đi xem hát quan họ trước nhé.

乙：有，等会儿你就会看到！但咱们现在先去看官贺民歌对唱吧。

A：Họ hát hay lắm, trang phục cũng rất đẹp.

甲：他们唱得很好听，服装也很美。

B：Dân ca Quan Họ Bắc Ninh nổi tiếng khắp cả nước đấy. Hàng năm, cứ đến ngày đó, người già lẫn người trẻ, đặc biệt là nam nữ thanh niên đều rủ nhau đi xem hội, nghe hát quan họ, tham gia các trò chơi truyền thống.

乙：北宁官贺民歌闻名全国。每年一到庙会，老老少少，特别是青年男女都相约去逛庙会，听民歌对唱，参加各种传统娱乐活动。

A：Họ chỉ hát vào ban ngày chứ không hát vào ban đêm à?

甲：他们只在白天唱，晚上不唱吗？

B：Không phải, các liền anh, liền chị hát quan họ cả ngày lẫn đêm. Nhưng ban đêm, họ thường hát ở nhà hoặc trên thuyền. Bây giờ họ đang hát ở đồi cao kia kìa! Lên xem nhé!

乙：不，那些唱官贺民歌的男女歌手白天晚上都唱。但晚上他们通常在家里或者在船上唱。现在他们正在那边的山头上唱！咱们上去看吧。

词汇表

1. rủ 邀约
2. chợ hoa 花市
3. chợ Tết 年货市场
4. nào là …nào là… 又是……又是……
5. hoa lay-ơn 剑兰花
6. nụ 蓓蕾；花骨朵
7. chốc nữa 等一会儿
8. không ngờ 想不到；出乎意外
9. sắm 购买
10. chúc Tết 拜年
11. thành thạo 熟练
12. nem 春卷
13. giò lụa 瘦肉团子
14. măng 竹笋
15. dưa hành 腌葱头
16. bánh chưng 粽子
17. chán 厌烦；厌倦
18. hội Lim 林山庙会
19. xuể 胜；尽；完
20. đu 秋千
21. đánh đu 荡秋千
22. đấu vật 摔跤
23. trống 鼓
24. cờ người 人棋
25. quan họ 官贺（越南北部民歌）
26. liền anh （唱官贺民歌的）男歌手
27. liền chị （唱官贺民歌的）女歌手
28. đồi 丘陵；山冈

Hướng dẫn 注释

1. nào là…nào là… 表示多种事物的列举，相当于汉语的"又是……又是……"。

例：Việt Nam có nhiều hoa quả nhiệt đới, nào là sầu riêng, măng cụt, nào là xoài, đu đủ.

越南有许多热带水果，又是榴莲、山竹，又是芒果、木瓜。

Chủ nhật anh Hải về nhà giúp bố mẹ nhiều việc, nào là kiếm củi, thổi cơm, nào là chăn trâu chăn bò.

星期天阿海回家帮父母做很多事，又是打柴、煮饭，又是放牛。

2. 形容词 + ơi là + 形容词　ơi là用在两个同样的形容词之间，表示说话人对某种性质的最高程度的强烈感触。

例：Hoa này thơm ơi là thơm.

这种花真是太香了。

Hôm nay rét ơi là rét.

今天真是太冷了。

3. 补语 + thì + 主语 + 动词　这是补语提前的一种句式，表示强调补语。

例：Tiếng Anh thì nó thích lắm.

他很喜欢英语。

Hoa thì anh ta chưa bao giờ tặng cho ai.

他从不送花给任何人。

4. không biết…là gì　表示完全否定一种行动、状态，相当于"完全不知道"。

例：Ông ấy không biết nói dối là gì.

他根本不知道说谎是什么。

Mấy ngày này tôi không biết đi chơi là gì.

这几天我都不知道玩是什么。

5. cả…lẫn/và　强调两个人、两种事物或两件事的联合、并列关系。用在cả…lẫn/và后面的常常是名词，不能是动词或形容词。

例：Cả tôi lẫn em tôi đều học ở trường này.

我和我弟弟都在这所学校上学。

Chúng tôi đã đi du lịch cả Pháp và Mỹ.

我们已经去法国和美国旅游。

6．…không xuể　表示无法做完某项工作，因为数量太多或工作量太大。

例：Nhiều bài tập quá, anh ấy làm không xuể.

作业太多了，他做不完。

Tôi không ăn xuể những thức ăn này.

我吃不完这些食物。

补充词汇：

Tết Nguyên Đán　春节	Tết Dương Lịch　元旦
Tết Nôen　圣诞节	Tết Thanh Minh　清明节
Tết Nguyên Tiêu　元宵节	
Tết Trung Nguyên　中元节	Tết Đoan Ngọ　端午节
Tết Trung Thu　中秋节	Tết Cơm Mới　新米节
Tết Táo Quân　灶王节	Tết Trùng Dương　重阳节
hội　庙会	Hội Đền Hùng　雄王庙会

Ngày Quốc Khánh　国庆节

Ngày Phụ nữ Mồng 8 Tháng 3　三八妇女节

Ngày Lao động Quốc tế　国际劳动节

Ngày Nhà giáo　教师节　　Ngày Báo chí　新闻节

Ngày Thiếu nhi Quốc tế　国际儿童节

Ngày Thống Nhất　（南北）统一纪念日

Ngày Sinh Chủ Tịch Hồ Chí Minh　胡志明主席诞辰纪念日（5月19日）

Ngày Tình Yêu　情人节　　tưởng niệm　纪念　　kỷ niệm　纪念

cúng tổ tiên　祭祀祖先　　đồ cúng　供品　　bàn thờ　供桌

tảo mộ　扫墓　　　　　　tôn sư trọng đạo　尊师重教

lễ khai giảng　开学典礼　　lễ phát bằng　毕业典礼

Tập luyện các kiểu câu sau 句型拓展练习

1. nào là …nào là…
2. 形容词 + ơi là + 形容词
3. 补语 + thì + 主语 + 动词
4. không biết…là gì
5. cả…lẫn/và
6. …không xuể
7. chứ không
8. không ngờ

Tập nói theo chủ đề 对话拓展

1. 介绍我国众多节日中的其中一个。

2. 选择一个节日为主题，进行与这个节日有关的一段对话练习，要求不少于300字。

Thường thức 常识

越南有很多传统的节日。越南最大的传统节日是春节，春节是在每年的阴历正月初一。到了那天，很多人外出游玩，迎接春天的到来。初一、初二和初三是春节最喜庆的三天。大家都互致问候、祝贺新年和祭祀祖先。老人和孩子常得到"压岁"，意思是得到馈赠礼物或放在一种特别的信封里的新的钱币。对于越南人来说，春节是一年当中最喜庆、最神圣的节日。春节还是家庭团聚的节日，人们不管在哪里工作，一到春节，都想方设法回家与亲人团聚，共度佳节。除了春节，上元节、清明节、端午节、中元节、中秋节等也是越南的传统节日。越南的中秋节与我国的中秋节略有不同。众所周知，我国的中秋节是团圆节，而越南的中秋节却是儿童的节日，又叫"越南儿童节"。

越南还有很多新节，比如教师节、国庆节、妇女节、国际劳动节、4月30日南北统一纪念日等。近年来，西方的一些节日，如圣诞节、情人节等越来越受到越南年轻人的喜爱。

代表越南北部民间文化的林山庙会，以及代表越南民族祖先的雄王庙会本来是地方性的传统庙会，但现在，这两个庙会的影响日益扩大，越南政府更是把雄王庙会确定为全国的祭祖日。

Bài thứ 3　　　Thuê nhà
第三课　　　　租房

Bác có nhà cho thuê không?

您有房出租吗？

Khách sạn còn phòng không?

酒店还有房吗？

Anh thuê bao lâu?

你租多久？

Tiền thuê bao nhiêu một tháng?

每月租金是多少？

Trả tiền Việt hay tiền Đô?

付越南盾还是美元？

Bao lâu thanh toán một lần?

多久结算一次？

Những câu cơ bản　基本句型

1. Bác có nhà cho thuê phải không?

   您有房出租是吗？

2. Anh cần thuê một gian phòng hay thuê cả một ngôi nhà?

   你想租一间还是租整栋楼？

3. Tiền thuê bao nhiêu một tháng?

每月租金是多少？

4. Khu này dân trí cao, còn rất yên tĩnh.

这个区居民素质高，还很安静。

5. Trong phòng tiện nghi đầy đủ.

房间设备齐全。

6. Chị thuê phòng sang hay phòng bình thường?

你想要豪华间还是标准间？

7. Mùa này là mùa du lịch, phòng kín hết rồi.

现在是旅游旺季，客房全满了。

8. Đây là phòng tốt nhất của khách sạn chúng tôi, có thể ngắm cảnh biển.

这是我们酒店最好的房间，可以观海景。

Hội thoại I Thuê nhà
会话1   租房

A ： Chào bác, bác có nhà cho thuê phải không?

甲：你好，你有房出租是吗？

B ： Ừ. Sao anh biết mà tìm đến đây?

乙：是的，你怎么知道并那么快找来？

A ： Tôi được biết từ mục rao vặt trên Báo Hà Nội mới đây, nên tìm đến ngay. Nếu được, tôi muốn thuê làm văn phòng.

甲：我是在最新的《河内报》的分类广告上看到的，因此马上找来了。如果合适，我想租来做办公室。

B ： Tôi cho thuê cả ngôi nhà này, 4 tầng, mỗi tầng 50m², nhà này để làm văn phòng thì rất phù hợp.

乙：我出租整栋楼，四层，每层50平方米，很适合用做办公室。

A ： Tôi có thể vào xem phòng được không?

甲：我可以进去看房吗？

B：Tất nhiên, mời anh vào, đây là phòng khách, đã cao lại thoáng, làm nơi giao dịch thì thật tuyệt. (hai người đi xem nhà)

乙：当然，请进。这儿是客厅，又高又通风透气，在这儿谈业务非常好。（两人去看房）

A：Tôi thích phòng khách này. Tôi muốn lên gác xem tầng 2, tầng 3 và tầng 4 nữa.

甲：我喜欢这间客厅。我还想上楼看看二楼、三楼和四楼。

B：Đấy, mỗi tầng đều có một phòng, và có cả công trình phụ.

乙：你看，每层都有一个房间，以及配套设施。

A：Ở đây có điện thoại chưa?

甲：你装电话了吗？

B：Chưa, nếu anh ưng ý và định thuê, thì tôi mắc ngay cho anh. Còn điện nước thì thoải mái, nước có suốt ngày.

乙：还没有，你如果满意，同意租，我马上给你装电话。水电都是现成的，一整天都有水。

A：Thế giá cả thế nào bác?

甲：租金怎么样？

B：Đúng 1000 USD một tháng, trả tiền trước ba tháng một lần, ký hợp đồng từng năm.

乙：一个月1000美元，每三个月交一次，合同一年签一次。

A：Giá như thế là hơi cao. Bác có thể bớt không?

甲：价有点高。还可以少吗？

B：Khu này an ninh tốt, dân trí cao, tôi tin giá tôi đặt ra là hợp lý. Hay là anh đi nơi khác xem đã.

乙：这个区治安好，居民素质高，我相信我提出的价格是合适的。或者你先到别的地方看看。

A : Thôi được, tôi sẽ liên lạc lại với bác sau nhé.

甲：好吧，回头我再跟你联系。

Hội thoại II   Chuyển nhà
会话2   搬家

A : Chào chị Mai, nghe nói ông Mike về nước rồi, phòng ông ấy ở chị còn cho thuê nữa không?

甲：阿梅，你好，听说麦克回国了，他原来住的房你还出租吗？

B : Có chứ. Anh muốn đổi lên trên à?

乙：租呀。你想换到楼上呀？

A : Không, một bạn em mới sang có hai ngày, bạn ấy định học tiếng Việt ở Việt Nam một năm, nên nhờ em tìm hộ một phòng gần trường để tiện đi lại.

甲：不，我有一个朋友刚来两天，他打算在越南学一年越南语，因此托我在学校附近帮他找一间房以方便上学。

B : Thế à, tôi còn hai phòng cho thuê, một là phòng ông Mike ở trước, hai là một phòng ở tầng 3, tôi mới sửa lại đấy. Thế bạn anh bao giờ đến xem nhà?

乙：这样啊，我还有两间房出租，除了麦克以前住的那间，三楼还有一间，我刚装修过的。那你朋友什么时候来看房？

A : Hôm nay bạn ấy đang bận chút việc, lại ở trọ một nhà khách cách đây rất xa, nên không đến được, bạn ấy nhờ em hỏi và xem hộ.

甲：今天他有点事，住的招待所离这又远，因此来不了，他让我帮问，并帮他先看看。

B : Thế thì tôi đưa anh đi xem phòng ngay nhé.

乙：那我现在就带你去看房。

A : Chị cho em xem phòng ở tầng 3 nhé, phòng ông Mike ở trước thì giống phòng em ở, không xem cũng được.

甲：你就带我去看三楼那间房吧，麦克以前住的那间跟我住的一样，不看也行。

B：Anh xem này, phòng này rộng hơn phòng anh, tổng diện tích đến 25m^2.

乙：喏，你看，这间房比你住那间宽，总面积达25平方米。

A：Vâng, nhưng phòng em mát hơn thì phải.

甲：是的，但我那间好像凉快些。

B：Anh thật là tinh. Phòng của anh ở hướng Nam, còn phòng này hướng Đông nên không mát bằng. Nhưng đã có điều hòa nhiệt độ. Tiện nghi và khu phụ giống hệt phòng anh.

乙：你真厉害。你住那间朝南，而这间向东，因此没那么凉快。但有空调，里面的设备及其他设施跟你那间房一模一样。

A：Vâng, thế là ổn rồi, em nghĩ rằng bạn ấy sẽ ưng ý. Em sẽ bảo bạn ấy ngày mai đến xem.

甲：好，那行了，我想他会满意的。我叫他明天来看房。

B：Nếu ưng ý thì ký hợp đồng càng sớm càng tốt, vì có nhiều người đang hỏi, tôi ưu tiên bạn anh đấy.

乙：如果满意就早点签合同，因为有很多人也在问，我优先考虑你朋友。

A：Cám ơn chị. Nếu không có gì thay đổi thì ngày mai hoặc cùng lắm là ngày kia bạn ấy sẽ chuyển đến.

甲：谢谢你。如果没什么改变，明天或者最晚后天他就会搬来。

B：Ừ, lát nữa chúng tôi sẽ quét dọn cho sạch.

乙：好，等会儿我们就把房间打扫干净。

Hội thoại III   Ở khách sạn
会话3   住酒店

A : Chào ông, ông muốn đặt phòng hay vào ở?

甲：你好！你想订房还是入住？

B : Tôi tên là Kim, tôi đã đặt phòng hôm qua.

乙：我叫金，我昨天已经订房了。

A : Để tôi xem lại sổ đăng ký, ồ, đúng rồi, ông đã đặt một phòng hạng
   sang. Đây là chìa khóa phòng ông, xin ông đi theo anh này, anh ấy sẽ
   dẫn ông lên phòng và xách hộ hành lý cho ông.

甲：让我看一下登记本，哦，对，你订了一间豪华间。这是你房间
   的钥匙，请你跟这位先生走，他会带你到房间并把你的行李送
   上去。

B : Cảm ơn anh chị.

乙：谢谢你们。

C : Phòng của ông đây rồi. Ông soi chìa khóa một cái vào cái khóa, đèn
   xanh sáng lên là có thể vào phòng. Mời ông vào.

丙：这就是你的房间。你把钥匙对着门锁照一下，绿灯一亮门就开
   了。请进。

B : Tôi rất vừa ý phòng này, cảnh biển ngoài cửa sổ đẹp thật. Cảm ơn
   anh.

乙：我对这间房很满意，窗外的海景太美了。谢谢你！

C : Ông khách khí quá. Đây là danh bạ điện thoại của khách sạn chúng
   tôi, ông cần dịch vụ gì thì cứ gọi điện theo bản hướng dẫn là được.

丙：你太客气了。这是我们酒店的电话号码本，你需要什么就按上
   面的《服务指南》打电话就可以了。

B：Trong phòng có két bạc không? Điện thoại trong phòng có thể gọi trực tiếp đi nước ngoài hay phải báo lễ tân mở?

乙：房间里有保险柜吗？房间的电话可以直拨国际长途还是需要到总台开通？

C：Két bạc ở trong tủ áo, điện thoại trong phòng có thể gọi trực tiếp đi bất cứ nước nào trên thế giới.

丙：保险柜在衣柜里，房间的电话是国际直拨，你可以打到世界上任何一个国家。

B：Bể bơi khách sạn ở đâu hả anh?

乙：酒店的游泳池在哪里？

C：Bể bơi ở tầng 4. Còn trung tâm thương vụ thì ở tầng 2, ở đấy có dịch vụ photocopy, gửi fax, lên mạng, đặt vé máy bay v.v. Bên cạnh trung tâm thương vụ là hiệu cắt tóc và cửa hàng của khách sạn.

丙：游泳池在四楼。商务中心在二楼，那里有复印、传真、上网、订飞机票等业务。商务中心的旁边是酒店的美发中心和商店。

B：Giờ ăn sáng là mấy giờ?

乙：早餐时间是几点？

C：Giờ ăn sáng từ 7 giờ đến 9 giờ sáng, phòng ăn ở tầng 1.

丙：早餐时间从早上7点到9点，餐厅在一楼。

词汇表

1. nhà cho thuê　出租屋　　　　2. thuê nhà　租房

3. dân trí　居民素质　　　　　4. phòng hạng sang　豪华间

5. thoáng　通风透气　　　　　6. phòng bình thường　标准间

7. mùa du lịch　旅游旺季　　　8. kín　客满（酒店）

9. rao vặt　分类广告　　　　　10. giao dịch　交易；谈业务

11. công trình phụ　配套设施　12. mắc　安装；架

13. an ninh　治安

14. giống hệt　一模一样

15. sửa lại　装修

16. trọ　住

17. tinh　厉害

18. chuyển nhà　搬家

19. ưng ý　满意

20. khu phụ　配套设施

21. cùng lắm　最……

22. quét dọn　打扫

23. danh bạ điện thoại　电话号码本

24. két bạc　保险柜

25. trung tâm thương vụ　商务中心

26. bể bơi　游泳池

27. photocopy　复印

28. fax　传真

29. lên mạng　上网

30. soi　照

‖ Hướng dẫn　注释 ‖

1. được + 动词　这个结构用于表示主语乐于接受某种好的事务。

例：Cô ấy được mời đi biểu diễn ở Trung Quốc.

她被邀请赴中国表演。

Tôi được biết bác có nhà cho thuê.

我得知你有房出租。

2. đến + 表数量、体积、尺码的词　这个结构用于强调说话人认为的物体的数量、体积、尺码大小。

例：Chiếc ô tô này cao đến 2 m.

这辆汽车高达两米。

Bố tôi nặng đến 90 kg.

我父亲重90公斤。

3. đã…lại　不仅……而且，相当于 không những…mà còn。这个结构常常是：đã + 动词 + lại + 动词，đã + 形容词 + lại + 形容词。

例：Con trai bà ấy đã nghiện rượu lại nghiện thuốc lá.

她儿子不仅酗酒，而且抽烟。

Cô ta đã lùn lại béo.

她不仅矮而且胖。

4. thật/thật là + 形容词　意思是"很"，相当于 rất。

例：Nhà này làm văn phòng thì thật là đẹp.

这房子用来做办公室很漂亮。

Tôi thật hối tiếc vì đã từ chối anh ấy.

我很后悔拒绝了他。

5. có + 表数量的词　这个结构用于强调数量很少，相当于"只……而已"。

例：Tôi mới học tiếng Anh có hai tháng.

我学英语刚两个月。

Đêm qua chị ấy ngủ có 2 tiếng thôi.

昨晚她只睡两小时而已。

6. cùng　指时间或地点到了极限。

例：Cùng lắm hai tháng tôi sẽ trả lại số tiền cho chị.

最迟两个月我就还你这笔钱。

Phía trong cùng.

最里面。

补充词汇：

đăng ký tạm trú　登记暂住	nhận phòng (check in)　入住
trả phòng (check out)　退房	đặt phòng　订房
tiện nghi　（房间的）设备	đèn bàn　台灯
đèn đầu giường　床头灯	khăn　毛巾　　　　gối　枕头
ga　床单	giặt là　洗熨
túi đựng áo　洗衣袋	nước nóng　热水
báo thức (morning call)　叫醒	nhà trọ　招待所
nhà khách　招待所	nhà khách chính phủ　国宾馆

khách sạn mini　小宾馆

khách sạn (3, 4, 5) sao　（三、四、五）星级酒店

phòng đơn　单人房　　　　phòng đôi　双人房　　　sành　大堂

lễ tân　总台　　　　　　　nhà hàng Pháp　（酒店里的）法国餐厅

nhà hàng Trung Quốc　（酒店里的）中餐厅

nhà hàng Việt Nam　（酒店里的）越南餐厅

khách sạn Daewoo　大宇饭店　　　khách sạn Lakeside　湖畔宾馆

khách sạn Melia　梅利亚宾馆　　　khách sạn Kim Liên　金莲宾馆

khách sạn Hà Nội　河内大酒店　　　khách sạn Bông Sen　莲花宾馆

khách sạn Thắng Lợi　胜利宾馆　　khách sạn Tây Hồ　西湖宾馆

khách sạn Á Châu　亚洲宾馆　　　khách sạn Bến Thành　边城宾馆

khách sạn Cảng Sài Gòn　西贡港宾馆

khách sạn Rex　皇冠大酒店　　　khách sạn Cửu Long　九龙宾馆

khách sạn Sông Hương　香江饭店

khách sạn Bamboo　翠竹宾馆

khách sạn Thủ đô　首都宾馆　　　khách sạn Chợ Lớn　堤岸宾馆

Tập luyện các kiểu câu sau　句型拓展练习

1. được + 动词

2. bị + 动词

3. đến/phải đến + 表数量、体积、尺码的词

4. đã…lại…

5. thật/thật là + 形容词

6. có + 表数量的词

7. cùng

Tập nói theo chủ đề　对话拓展

1. 两人一组，分别扮演房东和租房者，进行有关租房的一段对话。

2. 以宾馆服务员的身份向客人介绍宾馆的情况。

Thường thức 常识

近年来，到越南旅游、经商、学习的外国人越来越多，到了越南，食宿是一个马上要解决的问题。到越南短期旅行的游客，一般都是入住宾馆。越南的各个城市都有很多大大小小、档次不同的宾馆、酒店。如果要求不高，可以住私人旅馆或招待所。这些私人旅馆和招待所卫生条件都不错，服务也周到。如果要求高些，可以住星级饭店。不管是私人旅馆还是星级饭店，都要求外国人用护照登记，直到退房才将护照还给客人。

在越南经商的外国人一般是租用当地人的民房作为办公和生活场所。越南政府允许卖地给个人，因此，有条件的人家都买地自己建房子，楼房三到五层不等，每层的面积40~60平方米。外国公司的办事处一般用一层和二层来办公，剩下的是公司工作人员的宿舍。

到越南学习的外国留学生分两种类型，一种是学校统一派出的，一般住学校的公寓；另一种是自费留学的学生，这些学生都是租住当地人的民房，这样既节约费用，又可以跟房东练口语，一举两得。但越南对租房给外国人管得很严，房东必须到辖区派出所办理相关的租房手续，并为房客办理暂住登记才是合法的。

Bài thứ 4   Ăn uống
第四课   饮食

Món này hợp khẩu vị không?

这菜合你口味吗？

Đây là đặc sản của nhà hàng.

这是餐馆的招牌菜。

Chúng tôi đi ăn cơm tự chọn.

我们去吃自助餐。

Tôi không uống rượu.

我不喝白酒。

Sinh tố của quán này rất ngon.

这家店的果汁很好喝。

Hàng ngày tôi tự nấu lấy.

平时我自己做饭。

Những câu cơ bản **基本句型**

1. Người Việt Nam ít khi ăn sáng ở nhà.

越南人很少在家吃早餐。

2. Tôi rất thích ăn phở gà và bún chả.

我喜欢吃鸡肉粉和烤肉粉。

3. Đây là thực đơn hôm nay.

这是今天的菜单。

4. Chị gọi món đi.

你点菜吧。

5. Chúng ta uống rượu vang để mừng năm mới nhé.

我们喝点葡萄酒欢庆新年吧。

6. Nem hải sản và nem thập cẩm đều ngon cả.

海鲜春卷和什锦春卷都好吃。

7. Nhà hàng chúng tôi bán cơm văn phòng.

我们餐馆卖快餐盒饭。

8. Các bạn cứ tự nhiên nhé.

请各位随意。

9. Anh thích cà phê hay trà?

你喜欢喝咖啡还是喝茶？

Hội thoại I   Liên hoan ở nhà

会话1   在家请客

A：Con đừng xem vô tuyến nữa, khách sắp đến rồi, con đi chợ mua giúp mẹ ít đồ.

甲：不要看电视了，客人快到了，你到市场帮我买点东西。

B：Cần mua những gì mẹ nhỉ?

乙：妈妈，要买些什么？

A：Mẹ định mời khách ăn một bữa rất Việt Nam. Con mua giúp mẹ thịt lợn để làm nem này, thịt bò để xào này, miến, bánh đa nem, giá, măng, mộc nhĩ, rau sống… chanh, tỏi, ớt, hành…

甲：我想请客人吃纯越南菜。你帮我买些猪肉回来做春卷，牛肉用来炒，再买些粉丝、春卷皮、豆芽、竹笋、木耳、生菜，还有柠檬、蒜头、辣椒、葱等。

B：Ôi trời ơi, bao nhiêu thứ. Một mình con làm sao mà cầm hết được! Mẹ không đi cùng con à?

乙：天啊，这么多。我一个人怎么提得了！你不跟我一起去吗？

A：Mẹ phải ở nhà dọn dẹp một tí để đón khách chứ.

甲：我得在家收拾屋子迎接客人啊。

B：Thế có mua bún không? Mẹ định làm bún nem phải không?

乙：那买米线吗？你不是打算做米线和春卷一起吃的吗？

A：À, có, có! Con mua một cân bún nhé. Con nhớ chọn kỹ nhé. Trời nắng bún dễ bị hỏng lắm.

甲：哦，要买！买一公斤吧。你记得要认真挑选，天气热米线很容易坏的。

B：Thế có cần mua hoa quả không nhỉ?

乙：那要买些水果吗？

A：Không, trong tủ lạnh vẫn còn một quả dưa hấu và bao nhiêu thanh long. Đừng mua nữa, không ăn hết đâu.

甲：不用，咱家冰箱还有一个西瓜和很多火龙果呢。别买了，吃不了这么多的。

B：À suýt quên. Đã có gì để uống chưa?

乙：哦，差点忘了。有什么喝的没有？

A：Rồi, hôm qua mẹ đã mua mấy chai bia Tiger và coca-cola rồi.

甲：有了，昨天我已经买了几瓶老虎牌啤酒和可乐了。

B：Thế con đi vậy, nhân tiện hôm nay mẹ dạy con làm nem để lần sau con khoe bạn.

乙：那我走了，妈妈，今天顺便教我做春卷吧，让我下次在朋友面前露一手。

A：Được rồi, mẹ dạy luôn, nhanh lên kẻo muộn đấy.

甲：好啦，我教你，快去吧，要不就晚了。

Hội thoại II   Ở nhà hàng
会话2   在餐馆

A：Chủ nhật này tớ tổ chức kỷ niệm 10 năm tốt nghiệp đại học, cậu nhớ đến nhé.

甲：这周星期天我组织毕业十周年聚会，你记得来啊。

B：Hay quá! Tớ cũng đang muốn đề nghị cậu đấy. Cậu định tổ chức ở đâu?

乙：太好了！我正想建议你组织呢。你打算在哪儿聚呢？

A：Tại nhà hàng San Hô gần trường cũ ta được không? Mình nghĩ tổ chức ở đấy mọi người sẽ thích, vì nhà hàng đó đã để lại nhiều ấn tượng tốt đẹp thời sinh viên.

甲：在母校附近的珊瑚餐馆行吗？我想在那儿聚大家会喜欢，因为那家餐馆留下了咱们大学时代的很多美好回忆。

B：Nhất trí, đúng là một nơi thích hợp nhất cho buổi kỷ niệm lần này.

乙：好，那确实是最适合这次聚会的地方。

......

A：Lâu lắm không về đây ăn cơm, nhà hàng này vẫn đông như ngày xưa, may là mình đã đặt bàn trước. Các bạn gọi món đi, thích ăn món gì thì gọi món ấy, cứ thoải mái, bữa này tớ mời.

甲：很久没来这儿吃饭了，这家餐馆的客人还像以前那么多，幸亏我提前订桌了。大家点菜吧，喜欢吃什么就点什么，随便点，这顿我请客。

B：Đúng là ông chủ có khác, xin cảm ơn. Trước hết gọi món súp, tớ súp gà, mọi người vẫn súp lươn chứ?

乙：老板就是不一样，谢谢了。先点羹吧，我要鸡肉羹，你们还是要鳝鱼羹吧？

A：Vâng, cậu gọi cho bọn mình bát súp lươn vậy. Nhà hàng này thêm nhiều món mới như sa-lát Nga, cá song hấp xì dầu, tôm nướng v.v. đều rất ngon, các bạn nếm thử xem.

甲：是的，给我们来碗鳝鱼羹。这家餐馆新增了很多菜式，如俄罗斯沙拉、酱油蒸石斑鱼、烤虾等，都很好吃，大家可以尝尝。

B：Thế thì ba súp lươn, một súp gà, một sa-lát Nga, một cá song hấp xì dầu, một tôm nướng, một gà luộc, một rau xào. đủ chưa?

乙：那就三盅鳝鱼羹，一盅鸡肉羹，一碟俄罗斯沙拉，一份酱油蒸石斑鱼，一份烤虾，一份白切鸡，一碟炒青菜。够了没有？

A：Thức ăn chắc đủ rồi, gọi đồ uống đi. Hôm nay là một ngày vui, ta nên uống chút rượu để góp vui.

甲：菜肯定够了，叫喝的吧。今天是个高兴的日子，咱们喝点儿酒助兴吧。

B：Hoàn toàn nhất trí, tớ đề nghị mỗi người một cốc uýt-ki đen, đừng uống bia nữa, bia căng bụng lắm.

乙：完全同意，我建议每人喝一杯黑威士忌，就不喝啤酒了，太胀肚。

A：Tùy cậu, miễn là mọi người thích.

甲：随便，只要大家喜欢就行。

B：Ôi, liên hoan vui nhỉ! Tớ ước gì năm nào cũng có liên hoan như thế này.

乙：噢，聚会真是太高兴了！我希望年年都有这样的聚会。

Hội thoại III Ở quán giải khát
会话3   在冷饮店

A ： A lô, Hạnh à, hôm nay oi thật, ở nhà buồn lắm, ra bờ Hồ uống nước với tớ nhé.

甲：喂，阿杏，今天很闷热，在家待着很烦，跟我到湖畔喝点儿东西吧。

B ： Tớ đang dạy một cậu bé học tiếng Anh, tám rưỡi mới hết giờ dạy, khoảng chín giờ mới đến được, có muộn không?

乙：我正在给一个小孩教英文，八点半才下课，大概九点我才能到，晚不晚？

A ： Không, tớ cũng tầm giờ này mới đến được, chốc nữa tớ còn phải ghé qua trường làm nốt chút việc. Hẹn gặp chín giờ.

甲：不晚，我也要到那时候才能到，等一会儿我还有点事要到学校。九点见。

C ： Xin chào hai chị, hai chị dùng gì ạ?

丙：两位好，请问你们喝点儿什么？

A ： Cứ từ từ. Đồ uống ghi trên thực đơn đều có hết phải không em?

甲：别急嘛。食谱上的饮品都有吧？

C ： Vâng, đều có cả. Hai chị cứ chọn thoải mái, lát nữa em quay lại.

丙：是的，都有，你们慢慢选吧，等一会儿我再过来。

B ： Có nước cam, nước chanh, cà phê đá, Lipton đá, Lipton nóng, bột sắn, sinh tố xoài, sinh tố đu đủ, cậu uống gì?

乙：有橙汁、柠檬汁、冰咖啡、冰红茶、热红茶、粉葛汁、芒果汁、木瓜汁，你喝什么？

A ： Mấy hôm nay trời nóng quá, tớ cảm thấy rất khó chịu, cho tớ một nước cam vậy.

甲：这几天太热了，我觉得很难受，给我要杯橙汁吧。

B：Bột sắn cũng có tác dụng thanh nhiệt đấy, cậu lấy thêm một cốc bột sắn không?

乙：粉葛也有清热的作用，再要一杯粉葛汁吗？

A：Thôi, cứ thế đã, có thể gọi một đĩa hạt bí vừa ăn vừa uống để giết thời gian. Thế còn cậu?

甲：不，先这样吧，可以要一碟南瓜子边嗑边喝来消磨时间。那你呢？

B：Tớ thì thứ nào cũng thích, không biết chọn thứ gì, mùa này uống nước chanh rất tốt, nếu có kem thì gọi thêm kem.

乙：我什么都喜欢，不知道选什么好，这个季节喝柠檬汁很好，如果有冰激凌就要一份。

A：Em ơi, lại đây chị hỏi, nhà mình có kem không nhỉ?

甲：服务员，过来一下，请问有冰激凌吗？

C：Dạ, có ạ. Kem ly nhà em rất ngon, hai chị thử sẽ biết.

丙：有，我们这儿的杯装冰激凌很好吃，你们尝尝就知道了。

A：Rồi, cho chị một nước cam, một nước chanh, một hạt bí, một kem sô -cô-la, một kem dâu tây. Nhanh lên nhé.

甲：好，给我们一杯橙汁，一杯柠檬汁，一碟南瓜子，一杯巧克力冰激凌和一杯草莓冰激凌。动作快些。

C：Dạ, có ngay ạ.

丙：好的，马上送来。

词汇表

1. khẩu vị   口味   2. cơm tự chọn   自助餐

3. phở   米粉   4. bún chả   烤肉米线

5. thực đơn   食谱   6. gọi món   点菜

7. nem　春卷

8. thập cẩm　什锦

9. cơm văn phòng　快餐盒饭

10. miến　粉丝

11. bánh đa nem　春卷皮

12. giá　豆芽

13. mộc nhĩ　木耳

14. rau sống　生菜

15. dọn dẹp　收拾屋子

16. thanh long　火龙果

17. bia Tiger　老虎牌啤酒

18. coca-cola　可口可乐

19. khoe　炫耀；夸耀

20. súp　羹

21. sa-lát　沙拉

22. cá song　石斑鱼

23. nướng　烤

24. gà luộc　白切鸡

25. uýt - ki　威士忌

26. ước gì　希望

27. oi　闷热

28. sắn　木薯，粉葛

29. trà Lipton　立顿红茶

30. hạt bí　南瓜子

31. kem ly　杯装冰激凌

32. sô-cô-la　巧克力

33. dâu tây　草莓

▌▌ Hướng dẫn　注释　▌▌

1. động từ + đi　动词＋đi，指要求别人做某事。

例：Em uống nước đi.

你喝水吧。

Chị mặc thử áo này đi.

你试一下这件衣服吧。

2. đừng + động từ　đừng＋动词，指劝别人不要做某事。

例：Cháu đừng buồn nữa, mẹ về ngay mà.

不要伤心了，妈妈马上就回来。

Con đừng nghịch điện, nguy hiểm lắm.

不要玩电，很危险的。

3. cứ + động từ + đi　cứ＋动词＋đi，表示当别人还在犹豫不决的时候要求别人做某事。

例：Anh cứ gọi tiếp đi.

你继续点吧。

Mày cứ nói đi.

你尽管说吧。

4. nhớ+động từ　nhớ+动词, 指要求别人不要忘记做某事。

例：Sắp mưa rồi, con nhớ cầm ô nhé.

快下雨了，记得带伞啊。

Ngày mai cậu nhớ đến đúng giờ.

明天你记得准时到。

5. một câu+đã　句子+đã，表示提出的行动应该先做。

例：Để em hỏi ý kiến thầy giáo Hoa đã.

让我先问华老师。

Mẹ phải đọc truyện này cho con nghe đã.

妈妈要先讲这个故事给我听。

6. làm sao…được　怎么行, 表示强调无法做某事。有三种句式：

(1) 主语＋làm sao (mà)＋动词＋được；

(2) 主语＋动词＋làm sao được；

(3) làm sao (mà)＋主语＋动词＋được。

例：Tôi làm sao mà biết được anh ấy là ai.

我怎么知道他是谁。

Va-li này nặng quá, em khiêng làm sao được.

这个箱子那么重，我怎么扛得动。

Làm sao mà chị ấy nói thế được.

她怎么能这么说。

补充词汇：

dao 刀	dĩa 叉	bát 碗
đũa 筷子	chén 酒杯	thìa 汤勺
tăm 牙签	ngọt 甜	chua 酸
mặn 咸	cay 辣	đắng 苦
muối 盐	đường 糖	nước mắm 鱼露
xì dầu 酱油	tương ớt 辣椒酱	mù tạt 芥末
nộm 凉拌菜	chả cá 炸鱼饼	cua 螃蟹
gà tần 炖鸡	vịt quay 烤鸭	bánh cuốn 卷筒粉
cơm rang 炒饭	trứng rán 煎蛋	sủi cảo 饺子
vằn thắn 馄饨	rau muống 空心菜	cải làn 芥蓝菜
xà lách 生菜	rau khoai 红薯叶	củ cải 萝卜
cà rốt 胡萝卜	mì 面条	sữa 牛奶
sữa chua 酸奶	nem chua 酸肉粽	giò 肉团
chè 茶；甜品	tái 半生熟的肉	cá gỏi 鱼生
nâng cốc 举杯	trăm phần trăm 干杯	cạn chén 干杯

Tập luyện các kiểu câu sau　句型拓展练习

1. động từ + đi

2. đừng + động từ

3. cứ + động từ + đi

4. nhớ + động từ

5. câu + đã

6. làm sao…được

(1) 主语 + làm sao (mà) + 动词 + được

(2) 主语 + 动词 + làm sao được

(3) làm sao (mà) + 主语 + 动词 + được

(7) nhé

1. 两人一组，以食客和餐馆服务员的身份，进行有关用餐的一段对话。

2. 用越南语分别介绍中国和越南的饮食情况。

3. 用越南语邀请一个朋友吃饭。

4. 用越南语说一段宴会的祝酒词。

Thường thức 常识

越南人的饮食习惯与我国南方的广东、广西和云南等省区基本相似。主食是米饭，副食是米粉、糯米饭和大米做的各种糕饼，以及一些杂粮，如玉米、木薯、马铃薯、豆类等。

越南湖泊、河港、水塘众多，水产品非常丰富。越南人喜欢食用一种用鲜鱼加工而成的鱼露，它是越南人日常生活中必不可少的调味品。其他副食还有猪肉、牛肉、鸡肉等。蔬菜以空心菜为主。米饭、清水煮空心菜蘸鱼露，外带小螃蟹汤是越南人较常见和最爱吃的家常便饭。

越南人口味清淡，喜食生冷食物，无论是在家庭还是在外面的米粉店、餐馆，店家都会送上一碟鱼腥草、薄荷叶、香菜、生菜、空心菜梗、紫苏等混杂在一起的生的菜。吃生的菜也有讲究，不同的肉类常常搭配不同的生菜，这些生菜除了调味的作用，还能清热、帮助消化，是名副其实的健康食品。

在饮料方面，越南人喜欢喝啤酒、茶和咖啡，也有人喜欢喝洋酒和葡萄酒。越南人吃饭用筷子，进餐时，把菜和饭都放在一个圆形的托盘上，托盘放在床上，或放在地面的席子上，全家围坐而食。饭后有喝茶的习惯。

越南有很多槟榔树，槟榔果在越南人的社会生活中占有重要地位。红白喜事、节日祭祀、社交都要用到槟榔果。另外，越南人有嚼槟榔的习惯，并以槟榔果染黑的牙齿为美。

Bài thứ 5   Đi khám bệnh
第五课   看病

Tôi cảm thấy rất khó chịu.

我觉得很难受。

Chị phải đi khám bác sĩ ngay.

你得马上去看医生。

Chị lấy số ở đây.

你在这挂号。

Khoa nội ở tầng 3.

内科在三楼。

Anh đi phòng thuốc lấy thuốc đi.

你去药房取药吧。

Phải ăn uống cẩn thận.

要注意饮食。

Những câu cơ bản   **基本句型**

1. Tôi bị ho nửa tháng vẫn chưa khỏi, tôi định đi khám Đông y.

   我咳嗽了半个月还没好，我打算去看中医。

2. Đông y điều trị tận gốc căn bệnh.

   中医治本。

3. Anh uống hết ba thang thuốc rồi sẽ khỏi ngay.

   你喝完三服药就会好了。

4. Thưa bác sĩ, tôi bị bệnh gì ạ?

医生，我得了什么病？

5. Bệnh của anh không đến nỗi trầm trọng lắm đâu.

你的病没有这么严重。

6. Tôi đỡ mệt rồi.

我好多了。

7. Ngày kia là anh có thể ra viện được rồi.

后天你就可以出院了。

8. Giờ này không phải giờ thăm bệnh nhân.

现在不是探视病人的时间。

9. Bệnh của tôi có dễ bị tái phát không?

我的病容易复发吗？

10. Cứ một tháng là chị đến khám lại một lần.

你每个月来复诊一次。

Hội thoại I   Đi bệnh viện
会话1   去医院

A ： Ôi, sao mặt anh tái như thế? Anh bị làm sao vậy?

甲：啊，你的脸色怎么这么惨白？你怎么了？

B ： Tôi bị đau bụng, cảm thấy rất khó chịu. Ôi giời ơi, đau quá.

乙：我肚子疼，觉得很难受。天啊，太疼了。

A ： Anh phải đi khám bác sĩ ngay, anh nằm xuống nghỉ tí, để tôi gọi cấp cứu.

甲：你得马上去看医生，你先躺下休息一会儿，让我叫救护车。

A ： Xe đến rồi, ta đi ngay nhé.

甲：车来了，咱们走吧。

C：Anh ngồi xuống đi, anh thấy chỗ nào khó chịu?

丙：请坐，你哪里不舒服？

B：Thưa bác sĩ, tôi bị đau bụng, đã gần một tiếng rồi.

乙：医生，我肚子疼，疼了都快一个小时了。

C：Ngoài đau bụng ra, anh còn bị làm sao không?

丙：除了肚子疼，还有哪儿不舒服吗？

B：Tôi còn thấy buồn nôn, và bị đi ỉa.

乙：我想吐，还拉肚子。

C：Anh há mồm và thè lưỡi ra để tôi khám xem. Hai hôm nay anh đã ăn gì?

丙：你张开嘴巴，把舌头伸出来让我看看。这两天你吃了些什么？

B：Tối qua cơ quan liên hoan, tôi đã uống rượu, ăn nhiều món nguội, và chơi đến tận khuya.

乙：昨晚我们单位聚餐，我喝了酒，还吃了很多冷菜，并一直玩到深夜。

C：Thế là rõ rồi, anh vừa uống rượu lại ăn nhiều đồ nguội, toàn những thứ dễ gây xấu bụng.

丙：那我就清楚了，你喝酒，又吃生冷的食物，这些都是容易引起肚子不舒服的东西。

B：Bệnh của tôi có trầm trọng lắm không? Có cần tiêm không?

乙：我的病严重吗？要不要打针？

C：Không trầm trọng lắm đâu, bệnh như anh không cần tiêm, chỉ uống thuốc ba ngày là sẽ khỏi hẳn, anh cứ yên tâm.

丙：你的病不太严重，不用打针，吃三天药就会全好了，你放心吧。

B：Thế trong mấy hôm nay, tôi phải chú ý những gì?

乙：那这几天我要注意些什么？

C：Anh đừng ăn mỡ quá, nên ăn những thứ dễ tiêu, và hàng ngày uống hai ba cốc nước muối. À, đúng rồi, chốc nữa lấy thuốc xong là uống ngay một lần cho đỡ đau nhé.

丙：你不要吃油腻的东西，要吃清淡点，并且每天喝两三杯淡盐水。哦，对了，等会儿拿了药马上吃一次，可以减轻疼痛。

B：Cảm ơn bác sĩ!

乙：谢谢医生！

Hội thoại II　Thăm bệnh nhân
会话2　　　探望病人

A：Cậu đã thấy đỡ mệt hơn chưa? Tối có ngủ được không?

甲：你觉得好点了没有？晚上能睡吗？

B：Mình thấy khỏe lên rồi, không còn mệt như mấy hôm trước nữa. Có lẽ hôm nay mình có thể đi lại được rồi.

乙：我觉得好多了，不像前几天那么难受了。可能今天我就可以走动了。

A：Ồ, chưa, mình đã hỏi bác sĩ về tình hình sức khỏe của cậu, bác sĩ nói còn phải chờ vài ngày nữa cho vết mổ ổn định, cậu mới được đi lại.

甲：哦，还不行，我已经问过医生你的身体状况了，医生说等过几天你的伤口愈合后，你才能走动。

B：Đến bao giờ mình mới có thể đi lại? Đi ra ngoài chắc sẽ đỡ buồn hơn.

乙：什么时候我才能走动？外出走走肯定没那么闷。

A：Cậu đừng buồn nữa, hôm nay mình ở lại với cậu. Này, cậu nhìn ra cổng xem, cô đến thăm cậu đấy.

甲：你不要心烦，今天我留下来陪你。你看，你看门口，老师来看你了。

B：Cô và các bạn chu đáo quá!

乙：老师和同学们太费心了！

C：Thế nào? Khỏe ra chưa?

丙：怎么样？好些了吧？

B：Cảm ơn cô, em đỡ rồi ạ.

乙：谢谢老师，我好些了。

C：Trông em gầy đi nhiều đấy.

丙：你看上去瘦多了。

B：Vâng, em cũng thấy gầy đi, nhưng đã đỡ mệt hơn rồi. Mấy hôm nay em bị đau, không thể ngủ được.

乙：是的，我也觉得自己瘦了，但身体好多了。这几天我的伤口很疼，睡不了。

B：Cô cứ yên tâm, bác sĩ nói vài ngày nữa em sẽ khỏe, nghỉ ngơi, ăn uống thoải mái, ít ngày nữa là đi học được.

乙：老师尽管放心，医生说过几天我就能好，可以正常休息和吃饭，不久就可以上学了。

C：Cô nghe các bạn nói mà tưởng là sức khỏe của em tồi lắm. Thôi, em cố gắng ở đây thêm vài ngày nữa để điều trị cho khỏe nhé! Cô về đây.

丙：同学们告诉我后，还以为你的身体很糟糕呢。好了，你在这儿住几天把病治好再说。我回去了。

B：Vâng, em cám ơn cô. Em chào cô ạ!

乙：好的，谢谢老师。老师再见！

Hội thoại III   Khám lại
会话3   复诊

B：Chào bác sĩ. Bác sĩ có nhận ra tôi không ạ?

乙：医生好。医生还记得我吗?

C：Xin lỗi, chị là…

丙：不好意思，你是……

B：Chắc là bác sĩ không nhớ tôi rồi. Dạ, tôi là Mai. Năm ngoái lưng của tôi bị đau, tôi đến để nhờ bác sĩ khám. May quá, nhờ có bác sĩ.

乙：医生你肯定不记得我了。我是阿梅。去年我的腰疼，我来找你帮诊治。幸亏有你帮忙。

C：À, chị Mai, tôi nhớ ra rồi. Chị ngồi tạm đây, chờ tôi hoàn thành nốt bệnh án này đã. Chị thông cảm nhé.

丙：哦，阿梅，我想起来了。你先坐一会儿，等我先完成这个病历，请你理解。

B：Dạ, bác sĩ còn nhớ đến tôi, thế là quý hóa quá rồi. Hôm nay tôi đến đây chờ gặp bằng được bác sĩ, bác sĩ khám lại giúp tôi.

乙：医生还能记得我，我就很欣慰了。我今天来就是想请你帮我复诊。

C：Ơ, thế lưng của chị vẫn chưa khỏi hẳn à?

丙：那你的腰还没完全好吗?

B：Thưa bác sĩ, sau khi bác sĩ làm vật lý trị liệu và châm cứu cho tôi, tôi cảm thấy không đau nữa, và nửa năm cũng chẳng thấy có hiện tượng tái phát gì cả nhưng gần đây tôi lại thấy đau, và càng ngày càng nghiêm trọng.

乙：你帮我做了理疗和针灸后，我就不觉得疼了，并且半年来都没有复发的现象，但最近又疼了，而且日益严重。

C：Sao lại thế, dạo này chị bận lắm hay làm việc đều đặn như ngày thường?

丙：怎么会这样，你最近很忙还是像平时那样正常地工作？

B：Dạo này tổng kết năm, tôi ngồi trước máy tính suốt, nhiều khi một hai tiếng cũng chẳng rời bàn một bước.

乙：最近年终总结，我老坐在电脑前，常常是一两个小时都不动一下。

C：Tôi đã dặn chị cứ ngồi nửa tiếng, cùng lắm là 40 phút thì phải đứng lên đi lại mấy phút cơ mà.

丙：我都叫你每半个小时，最多四十分钟就要站起来走动几分钟嘛。

B：Vâng, nhưng mải làm việc thì lại quên mất lời dặn của bác sĩ, và cũng cho rằng bệnh của tôi không dễ bị tái phát.

乙：是的，但忙起来就忘了你的嘱咐了，并且也认为我的病不容易复发。

C：Để tôi kiểm tra kỹ lại xem nào. Lần sau chị đừng chủ quan như thế nhé. Chị vẫn phải vật lý trị liệu và châm cứu, hai cách điều trị này hiệu quả nhất cho bệnh của chị.

丙：让我仔细检查看看。下次你不要想当然了。你还是得理疗和针灸，这两种治疗方法对你的病最有效。

B：Phải điều trị bao lâu mới khỏi hả bác sĩ?

乙：医生，要治多久才能好？

C：Chị điều trị một tuần sau thì đến đây khám lại nhé, tôi sẽ điều chỉnh phương án dựa theo tình hình của chị.

丙：治疗一个星期后你再来复诊，我将按你的病情调整治疗方案。

词汇表

1. lấy số　挂号	2. khoa nội　内科
3. ho　咳嗽	4. Đông y　中医
5. thang thuốc　药剂	6. trầm trọng　严重
7. ra viện　出院	8. tái phát　复发
9. khám lại　复诊	10. tái　惨白
11. cấp cứu　急救	12. buồn nôn　呕吐
13. đi ỉa　拉稀	14. há mồm　张开嘴
15. xấu bụng　坏肚子	16. tiêm　打针
17. vết mổ　伤口	18. đỡ　减轻
19. tồi　不好；糟糕	20. điều trị　治疗
21. bệnh án　病历	22. quý hóa　珍贵；难得
23. bằng được　非……不可	24. vật lý trị liệu　理疗
25. châm cứu　针灸	26. suốt　一直
27. đều đặn　正常	28. chủ quan　主观；想当然

Hướng dẫn　注释

1.　để　用在陈述句中，表示行动的目的。

例：　Mẹ đi mua thịt để làm nem.

　　　母亲去买肉做春卷。

　　　Anh ấy học tiếng Choang để nghiên cứu dân tộc Choang.

　　　他学壮语以研究壮族。

2.　bằng + được　表示一定要做、决心要做某事。

例：Tôi phải gặp bằng được ông ấy.

　　我一定要见到他。

　　Nó đòi bằng được chiếc diều này mới chịu về.

他一定要得到这个风筝才肯回去。

3．tạm　表示行动只延续某一段时间。

例：Khi chưa thuê được nhà, anh ở tạm khách sạn.

还没租到房子时，他暂时住宾馆。

Chưa đến lượt chị, chị ngồi tạm phòng bên nhé.

还没轮到你，你先在旁边的房间坐着等会儿吧。

4．nốt　放在动词后面，表示把余下的工作完成。

例：Con ăn nốt bát cơm này đi.

你吃完这碗饭吧。

Hôm nay chúng ta học nốt bài số ba.

今天我们学完第三课。

5．đỡ + tính từ　đỡ + 形容词，表示一种不好的感觉、状态得到减轻。

例：Những sách của chị làm cho tôi đỡ buồn.

你的那些书使我不再那么烦闷。

Anh ấy đã đỡ mệt hơn mấy hôm trước nhiều.

他的病比前几天好多了。

6. tính từ + ra / lên　形容词 + ra / lên，表示一种性质、状态朝着好的方向发展。

例：Mấy năm không gặp, trông cô ấy đẹp lên rất nhiều.

几年不见，她看起来漂亮多了。

Sau vài ngày điều trị, tôi khỏe ra rồi.

经过几天的治疗，我好多了。

补充词汇：

khám sức khỏe　体检　　khoa ngoại　外科　　khoa răng　牙科

khoa tai mũi họng　耳鼻喉科

khoa mắt　眼科　　　khoa da liễu　皮肤科　　khoa sản　产科

thử nhiệt độ　量体温　sốt　发烧　　　　　cảm　感冒

cúm　流感　　　　　viêm gan　肝炎　　　viêm phổi　肺炎

viêm họng　咽喉炎　　đau dạ dày　胃疼　　đau đầu　头疼

đau thần kinh　神经痛　đau ruột thừa　阑尾炎　phụ khoa　妇科

nhiễm trùng　感染　　bệnh tim　心脏病　　nam khoa　男科

bệnh kinh niên　慢性病　xương khớp　关节　quai bị　腮腺炎

ung thư　肿瘤　　　　loét　溃疡　　　　　sưng　肿

dị ứng　过敏　　　　ngứa　痒　　　　　ngộ độc　中毒

tiếp máu　输血　　　lấy máu　抽血　　　nằm viện　住院

gây tê　麻醉　　　　ra viện　出院　　　chiếu X quang　拍X光

siêu âm　B超　　　　chụp CT　拍CT　　　thuốc ngủ　安眠药

thuốc nước　药水　　thuốc Bắc　中药　　thuốc viên　药片

thuốc Tây　西药　　　phẫu thuật　手术　　mổ　开刀

y tá　护士　　　　　kê đơn　开处方

Tập luyện các kiểu câu sau　句型拓展练习

1. để

2. bằng + được

3. tạm

4. nốt

5. đỡ + 形容词

6. 形容词 + ra / lên

7. suốt

Tập nói theo chủ đề　对话拓展

1. 两人一组，分别以病人和医生的身份进行对话。
2. 用越南语介绍一种药的用途。
3. 用越南语安慰你生病的朋友。

Thường thức 常识

越南很重视发展医疗卫生事业，政府越来越重视对医院及医疗机构的资金投入，以提高现有医院的医疗水平，发展县级以下医疗机构，完善社会医疗保障和养老保险制度。此外，越南政府积极争取国际组织的援助，改善边远地区的医疗条件；鼓励外商投资兴办医院和药厂，尤其鼓励使用先进技术和设备；扩大同先进国家的交流与合作，提高医疗队伍素质。现在，越南国内生产或进口的多种高级药品在市场上均有销售，以前农村缺医少药的状况现在已基本得到解决。据越南官方统计，越南现有30个中央医院（含专科医院），196个省级医院，县级以上医院数千家，大医院主要以首都河内市及胡志明市为集中地。

在越南，国家公务员、政府工作人员、大公司企业及涉外劳务人员都购买医疗保险，在合同医院看病、治疗。外国人在越南看病一般要到大城市的大医院，例如河内市的越法国际医院、越德医院和白梅医院，胡志明市的大水镬医院等。这些医院的软硬件设施都是越南最好的。

虽然近年来越南的医疗条件得到改善，但是，越南的医疗卫生还存在一些问题，比如医疗设备有待更新，药品欠丰富等，因此到越南学习或旅游应自备一些常用药品，并记住越南的急救电话：115。

Bài thứ 6   Lên mạng
第六课   上网

Kiểu câu thường dùng 常用句型

> Anh có lên mạng không?
>
> 你上网吗？
>
> Chị gửi e-mail cho tôi.
>
> 你发电子邮件给我。
>
> Đây là địa chỉ e-mail.
>
> 这是电子邮箱地址。
>
> Tôi chát với bố mẹ.
>
> 我跟父母上网聊天。
>
> Tôi tìm tư liệu trên mạng.
>
> 我在网上找资料。
>
> Bạn tôi mua sách trên mạng.
>
> 我朋友在网上购书。

Những câu cơ bản 基本句型

1. Trường có nhiều quán Internet.

   学校有很多网吧。

2. Quán Internet của Việt Nam có thể gọi điện thoại quốc tế.

   越南的网吧可以打国际长途电话。

3. Chúng tôi có thể nhận được e-mail ở bất kỳ nước nào trên thế giới.

我们可以收到世界任何一个地方发来的电子邮件。

4. Ngày mai tôi ấp - loát (upload) hai tấm ảnh cho anh.

明天我上传两张照片给你。

5. Lúc nãy chị tôi đao - loát (download) ba bài hát rất hay.

刚才我姐姐下载了三首很好听的歌曲。

6. Thông thường anh chát với bạn bằng YahooMsn hay QQ?

通常你是通过雅虎通还是QQ聊天？

7. Hệ thống của ngân hàng này bị hác - cơ (hacker) xâm nhập.

这家银行的系统受到黑客的入侵。

8. Mở cửa hàng trên mạng giá thành thấp.

开网店成本低。

9. Một tuần chị phải diệt vi-rút hai ba lần.

每个星期你要杀毒两三次。

10. Mọi thông tin đều có thể tìm kiếm được trên mạng.

任何信息都可以在网上搜索到。

Hội thoại I   Gửi e-mail
会话1   发电子邮件

A : Em sắp sang Việt Nam du học, chị cứ thấy lo lo, một tuần em phải viết một bức thư cho chị nhé.

甲：你快要去越南留学了，姐姐总觉得不太放心，你一个星期要写一封信给我。

B : Em không nghe nhầm chứ, chị bảo em viết thư gửi qua bưu điện ư? Sao chị lạc hậu thế? Em có thể gửi e-mail cho chị cơ mà.

乙：我没听错吧，你让我写信通过邮局寄给你？你怎么这么落后？
我可以发电子邮件给你嘛。

A：Gửi e-mail cho chị được à? Có tiện không?

甲：可以给我发电子邮件？方便吗？

B：Em đã hỏi bạn em rồi, bạn ấy nói chung quanh trường em sắp sang
học đầy quán Intetnet, lên mạng tiện lắm.

乙：我已经问过我朋友了，他说我留学的学校周围有很多网吧，上
网很方便。

A：Thế tiền lên mạng có đắt không?

甲：那上网费贵吗？

B：Bạn ấy bảo em tiền lên mạng ở Việt Nam không đắt, nhưng em
không nhớ cụ thể là bao nhiêu một tiếng, hình như chỉ cần hai nghìn
đồng Việt Nam thôi.

乙：我朋友说在越南上网费不高，但具体多少钱一个小时我记不清
楚了，好像是两千越盾而已。

A：À, em này, máy tính ở bên đấy có đọc được tiếng Trung Quốc không?

甲：诶，那边的电脑可以看中文吗？

B：Bên Việt Nam toàn sử dụng Windows bản tiếng Anh, có thể đọc
tiếng Trung được, nhưng phải cài phông tiếng Trung vào mới có thể
viết tiếng Trung được.

乙：越南全使用英文的Windows系统，可以看中文，但要装上中文
输入法才能打中文。

A：Thế à. Thế người Việt Nam muốn viết tiếng Việt thì sao?

甲：是吗。那越南人要打越文怎么办？

B：Cũng cài phông tiếng Việt vào máy là được. À, đúng rồi, bạn em còn
nói quán Internet ở Việt Nam có thể gọi điện thoại quốc tế, mà cước
phí cực kỳ rẻ, và nghe rất rõ.

乙：也是要装上越文输入法才行。哦，对了，我朋友说越南的网吧还可以打国际长途电话，而且电话费非常便宜，通话质量还很好。

A：Chị không ngờ dịch vụ Internet ở Việt Nam phát triển thế. Em sang nhớ gửi e-mail cho chị thường xuyên nhé.

甲：我没想到越南的网络业务发展这么快。你去了之后要记得经常给我发电子邮件啊。

B：Chị cứ yên tâm, em biết rồi, em sẽ chụp nhiều ảnh upload cho chị.

乙：姐姐放心吧，我知道了，我还会照很多照片上传给你呢。

A：Này, chị hỏi thêm một câu, em dùng địa chỉ e-mail cũ hay sang Việt Nam lập địa chỉ e-mail mới?

甲：喂，姐姐再多问一句，你是用原来的电子邮箱地址还是到越南重新申请一个新的？

B：Tất nhiên là địa chỉ cũ, địa chỉ e-mail xin ở Trung Quốc có thể sử dụng ở bất cứ nước nào trên thế giới.

乙：当然是原来的啦，在中国申请的电子邮箱地址在世界上任何一个国家都能用。

Hội thoại II　Chát trên mạng
会话2　　　上网聊天

A：Tuấn này, anh có chát trên mạng không?

甲：阿俊，你上网聊天吗？

B：Có chứ. Đây là một trong những phương thức tốt nhất và tiện nhất để liên hệ với bạn bè.

乙：当然。这是联系朋友最好和最方便的方式之一。

A：Anh thường chát bằng YahooMsn hay là QQ?

甲：你常用雅虎通还是QQ聊天？

B ：Mình chát với bạn trong nước thì dùng QQ, còn chát với bạn ở nước
ngoài thì dùng YahooMsn.

乙：跟国内朋友用QQ聊，跟国外的朋友就用雅虎通聊。

A ：Mình chỉ chát với bạn bằng QQ. Theo anh, chát bằng YahooMsn và
QQ có gì khác nhau nhỉ?

甲：我只用QQ跟朋友聊天。依你看，用雅虎通和用QQ聊天有什么
区别？

B ：Công dụng của hai phương thức hầu như giống nhau cả, đều có
thể chát, gửi thư, nhắn tin, gửi ảnh, gửi phai (file) kèm, chỉ có điều
khác nhau là YahooMsn có thể chát với mọi người trên thế giới có
sử dụng YahooMsn. Còn người nước ngoài thì lại ít sử dụng QQ để
chát.

乙：这两种聊天工具的功能几乎没有什么两样，都可以聊天、发邮
件、留言、发照片、发文件，只有一点不同，就是雅虎通用户
可以跟世界上使用雅虎通的任何一个人聊天。但外国人却很少
使用QQ这种聊天工具聊天。

A ：Thế à, thảo nào anh làm quen được nhiều bạn nước ngoài.

甲：这样呀，怪不得你交了这么多外国朋友。

B ：Đấy, chát với người nước ngoài có thể tìm hiểu được nhiều cái mới
của mỗi nước, và còn có thể nâng cao trình độ tiếng Anh nữa.

乙：是呀，跟外国人聊天可以了解各国的新鲜事物，还能提高英语
水平呢。

A ：Như vậy mình cũng phải xin làm khách hàng của YahooMsn. Xin có
khó không?

甲：这样的话我也要申请成为雅虎通用户。申请难吗？

B ：Đơn giản thôi, hôm nào chị rảnh sang nhà mình, mình sẵn sàng giúp cho.

乙：很简单，哪天你有空来我家，我帮你申请。

A：Thế thì còn gì bằng! Cảm ơn anh!

甲：那再好不过了！谢谢你！

Hội thoại III   Công dụng của mạng
会话3   网络的作用

A：Bố ơi, kỳ này con bắt đầu học môn công nghệ thông tin rồi đấy, hôm nay là buổi đầu tiên, con thấy thú vị lắm. Thầy còn cho bài làm ở nhà là bố mẹ giới thiệu một vài kiến thức về mạng Internet.

甲：爸爸，这个学期我们开信息技术课了，今天是第一次课，我觉得很有趣。老师还布置了家庭作业：让父母介绍一些有关网络的知识。

B：Kiến thức về mạng Intetnet nhiều vô kể, là một học sinh tiểu học, con chỉ cần biết một số công dụng của mạng là được.

乙：有关网络的知识数不胜数，作为一个小学生，你只需要懂一些网络的用途就行了。

A：Con xin bố, bố giới thiệu ngay thật nhiều công dụng cho con biết nhé.

甲：求求你爸爸，赶快给我介绍多多的用途吧。

B：Này, hai bố con mình ngồi trước máy tính đã, bố vừa lên mạng vừa giới thiệu nhé.

乙：来，咱父子俩先坐到电脑前，爸爸边上网边介绍。

A：Hay quá, như vậy con sẽ dễ nhớ hơn.

甲：太好了，这样我会更容易记住。

B：Con xem này, đây là trang chủ của Đài truyền hình Trung Ương, tất cả các chương trình của Đài đều được giới thiệu ở đây. Công dụng đầu tiên của mạng là cung cấp nhiều thông tin cập nhật cho người truy cập.

乙：孩子你看，这是中央电视台的主页，中央电视台播放的全部节目这里都有介绍。网络的第一个功能是向上网的人提供很多最新的信息。

A：À, đây rồi, con tìm thấy chương trình thiếu nhi ngày mai rồi.

甲：噢，在这里，我找到少儿频道明天的节目了。

B：Tiếp theo, đây là Gu-gờ (Google), công cụ tìm kiếm lớn nhất thế giới, có thể tìm kiếm được mọi thông tin mà con muốn biết. Con thử xem nào.

乙：接着，这是谷歌，全球最大的搜索引擎，可以搜索到你想找的任何信息。你试试看。

A：Thế con thử tìm kiếm thông tin về "bốn phát minh lớn cổ đại" xem, ôi, những hai trăm thông tin cơ à, thật không ngờ.

甲：那我试着搜索"古代四大发明"的信息看看，天啊，200条信息呐，真没想到。

B：Con còn nhớ không? Tháng trước bố đã mua hai quyển sách cho con trên mạng đấy, nên một công dụng nữa của mạng là bán các loại hàng hóa như quần áo, mỹ phẩm, đồ điện và sách vở v.v.

乙：你还记得吗？上个月爸爸给你在网上买了两本书，因此，网络的另一个功能是售卖衣服、化妆品、家电和书本等各种商品。

A：Sau này con không phải ra cửa hàng nữa, Tết Nôen sắp đến, con xin bố mua quà cho con trên mạng.

甲：以后我就不用去商店了，圣诞节快到了，爸爸给我在网上买礼物吧。

B：Đồng ý. Mạng Internet còn có nhiều công dụng khác nữa như gửi e-mail này, chát này, download tư liệu này, sau này bố sẽ giới thiệu dần. Trong khi mang lại nhiều tiện lợi cho con người, mạng cũng mang lại phiền hà cho con người chúng ta nếu chúng ta không sử dụng nó một cách khoa học.

乙：没问题。网络还有很多用途，比如发电子邮件、聊天、下载资料等，以后爸爸慢慢教你。在网络给人类带来便利的同时，如果我们不懂得科学地利用它，它也会给我们带来麻烦。

A：Sao lại thế, xin bố nói cụ thể cho con biết ạ.

甲：怎么会这样，请爸爸给我讲具体些。

B：Kẻ địch của mạng là hacker và vi rút, nếu máy tính bị hacker xâm nhập hoặc bị nhiễm vi rút, thì hệ thống máy tính có thể bị hỏng mất hoặc tư liệu chứa trong máy tính có thể bị mất. Cho nên con phải truy cập những thông tin lành mạnh.

乙：网络的敌人是黑客和病毒，如果计算机被黑客侵入或染上了病毒，计算机系统就有可能被毁坏，或者储存在计算机的资料被弄丢。因此你要上那些健康的网站。

A：Con hiểu rồi, sau này con sẽ cố gắng học tập công nghệ thông tin để biết tận dụng mạng Internet một cách khoa học.

甲：我懂了，以后我要努力学习信息技术以便懂得科学地利用网络。

词汇表

1. e-mail　电子邮件　　　　　2. chát　（上网）聊天
3. quán Internet　网吧　　　　4. upload　上传
5. download　下载　　　　　　6. YahooMsn　雅虎通
7. hacker　黑客　　　　　　　8. vi-rút　（电脑）病毒
9. tìm kiếm　搜索　　　　　　10. cài　安装
11. phông tiếng Trung　中文输入法　12. phông tiếng Việt　越文输入法
13. nhắn tin　留言　　　　　　14. file kèm　（邮件）附件
15. khách hàng　用户　　　　　16. rảnh　空闲
17. công nghệ thông tin　信息技术　18. trang chủ　主页

19. Đài truyền hình Trung Ương 中央电视台

20. cập nhật 及时；当日；最新 21. Google 谷歌

22. công cụ tìm kiếm 搜索引擎 23. bốn phát minh lớn 四大发明

24. tiện lợi 便利 25. phiền hà 麻烦

26. xâm nhập 入侵 27. nhiễm 染

28. truy cập 浏览

Hướng dẫn 注释

1. với 表示两种事物或现象联合在一起，有相同的功能或有密切的关系。相当于汉语的"与""和"。

例：Tôi đi cùng với anh.

我和你一起去。

Họ như hình với bóng, không rời nhau một bước.

他们如影随形，一步也不分开。

2. đầy 指非常多，相当于汉语的"满是"。

例：Trời đầy sao.

满天星星。

Dầu mỡ dính đầy quần áo.

油脂沾满衣服。

3. cực kỳ 常常跟形容词结合在一起，表示最高的程度，相当于汉语的"极其"。

例：Nhiệm vụ này cực kỳ quan trọng.

这项任务极其重要。

Hoa này đẹp cực kỳ.

这种花非常漂亮。

4. vô kể 放在形容词或动词后面，表示到了说不完的程度，相当于汉语的"无数"。

例：Cá tôm nhiều vô kể.

鱼虾多得数不胜数。

Được biết con đoạt giải nhất trong cuộc thi, mẹ mừng vô kể.

知道你在比赛中获得第一，妈妈高兴得不得了。

5. những 强调数量太多。

例：Bà ấy ăn những sáu bát cơm.

她吃了6碗饭呢。

Anh ấy hơn tôi những mười lăm tuổi.

他比我大15岁呢。

补充词汇：

blog 博客	thư mục 菜单
hệ điều hành 操作系统	khởi động lại 重启
bộ nhớ 存储器	thương mại điện tử 电子商务
sách điện tử 电子图书	tường lửa 防火墙
máy chủ 主机	cách thức 格式　thanh công cụ 工具栏
mạng diện rộng 广域网	cắt 剪切　dán 粘贴
bàn phím 键盘	độ sáng 亮度　nối máy 联机
quét 扫描	máy quét 扫描仪　USB U盘
webcam 摄像头	dữ liệu 数据
ngân hàng dữ liệu 数据库	modem 调制解调器
trang web 网页	website 网站　địa chỉ mạng 网址
nạp lại 刷新	phần cứng 硬件　đĩa cứng 硬盘
tên miền 域名	bộ mạch chủ 主板
màn hình nền 桌面	chương trình dịch 翻译程序
bộ theo dõi 监视器	

▌▌ Tập luyện các kiểu câu sau **句型拓展练习** ▌▌

1. với
2. đầy
3. cực kỳ
4. còn gì bằng
5. vô kể
6. những

▌▌ Tập nói theo chủ đề **对话拓展** ▌▌

1. 两人一组，用越南语进行模拟的网上语音聊天。

2. 用越南语介绍网络的一种用途。

3. 给你朋友写一张电子贺卡并用越南语把内容说出来。

(Thường thức **常识**)

越南的国土面积有32.96万平方公里，人口8500万，首都在河内，最大的城市是胡志明市（原西贡市）。目前越南境内总计约有10000个网吧，由于越南城市与农村人口经济发展不均衡，90%左右的网吧集中在河内、胡志明市、海防、岘港和顺化五大城市。

越南有超过1000万的互联网用户，全国网络覆盖以宽带为主，家庭宽带费用较高，ADSL月租折合人民币约160元，ADSL初装费约80元。

越南的网吧大多数比较小，一般只有30~40台电脑，主要分布在一些学校附近。学校附近基本上每隔20米就会有一家小网吧。大多数网吧的条件不是很好，没有空调，夏天很热，空气也不好，但越南的网吧服务项目较多，顾客可以在网吧上网，也可以在里面打印资料、文件。每个网吧都有几台电脑安装了中、韩、日文输入法，方便不同国家的留学生使用。另外，大多数网吧还可以打国际长途电话，收费低廉。以打到中国为例，每分钟才三毛钱人民币，相当于在国内打IP电话的价格，非常便宜，通话质量也很好。因此，学校周围的网吧每天都能吸引大批的越南学生和中国留学生，生意很好。

Bài thứ 7   Qua hải quan
第七课   过海关

Kiểu câu thường dùng 常用句型

Xin xuất trình hộ chiếu của anh.

请出示一下您的护照。

Tôi cần xác nhận vào tờ khai của bà.

我需要确认一下您的申报单。

Xin hãy cho tôi kiểm tra giấy tiêm chủng của chị.

请让我检查一下您的预防接种书。

Anh đến Trung Quốc có việc gì?

您来中国有什么事?

Tôi đến để du học.

我是来留学的。

Tôi còn có hai tút thuốc lá, có cần nộp thuế không?

我带了两条烟,需要上税吗?

Những câu cơ bản 基本句型

1. Xin xuất trình hộ chiếu của bà.

    请出示一下您的护照。

    Đây là hộ chiếu của tôi.

    这是我的护照。

2. Bà đã kê khai giấy nhập cảnh chưa?

    您填好入境卡了吗?

    Nhớ ghi đầy đủ họ tên, ngày sinh, số hộ chiếu.

    请填好姓名、出生年月和护照号码。

3. Có phải ghi rõ địa chỉ của nơi tạm trú và thời gian ở lại bao lâu không?

需要填写暂住地址和逗留时间吗？

Tất nhiên phải ghi rõ.

当然得写清楚咯。

4. Được rồi, đã làm xong thủ tục, bà có thể đi rồi.

好了，您的手续办完了，可以入境了。

5. Tôi phải làm những thủ tục khai báo gì?

我需要办理什么申办手续？

6. Xin cho xem tờ khai hải quan của bà.

请出示您的海关申报单。

Vâng, đây là tờ khai của tôi.

好，这是我的申报单。

Đàm thoại theo tình huống 情景对话

Hội thoại I Qua hải quan（I）
会话1 　　　过海关（1）

A：Xin chị cho xem hộ chiếu, giấy chứng nhận sức khỏe và vé máy bay.

甲：请您出示您的护照、健康证明和飞机票。

B：Đây ạ.

乙：给。

A：Xin hãy cho tôi kiểm tra giấy tiêm chủng của chị.

甲：请让我检查一下您的预防接种书。

B：Vâng, mời anh kiểm tra.

乙：好的，请检查。

A：Tôi cần xác nhận vào tờ khai của chị.

甲：我需要确认一下您的申报单。

B：Vâng, đây là tờ khai của tôi.

乙：好，这是我的申报单。

A：Chị đến Trung Quốc có việc gì?

甲：您来中国有什么事？

B：Tôi đến để du học.

乙：我是来留学的。

A：Chị định ở đây bao lâu?

甲：你要在这里住多久？

B：Tôi định ở lại ba tháng.

乙：我要住3个月。

A：Chúc chị du ngoạn vui vẻ!

甲：祝您玩得愉快！

B：Cám ơn.

乙：谢谢。

Hội thoại II   Qua hải quan （Ⅱ）
会话2   过海关（2）

A：Xin ông khai vào tờ giấy hải quan này.

甲：请您填一下海关申报表。

B：Vâng. Ông làm ơn cho tôi mượn bút.

乙：好的。麻烦您借支笔。

A：Hành lý của ông ở đâu?

甲：您的行李在哪里？

B：Đây ạ. Một chiếc va-li và một hòm giấy.

乙：在这儿。一个皮箱和一个纸箱。

A：Theo quy định phải mở ra từng kiện hành lý một để kiểm tra, nếu không thì phải có giấy miễn khám.

甲：按规定每件行李都得打开检查，否则要有免检证。

A：Trong va-li này có những thứ gì?

甲：这个皮箱里有什么东西？

B：Tôi chỉ mang theo những đồ dùng hàng ngày thôi ạ.

乙：我只带了些日常用品。

A：Xin hãy mở cái va-li này ra để tôi xem.

甲：请打开这个皮箱让我看一下。

B：Vâng, xin cứ kiểm tra.

乙：好的，请随便检查。

A：Có mang những hàng cấm gì không? Hàng cấm phải tịch thu.

甲：有没有带违禁品？带了要没收的。

B：Tôi không bao giờ mang hàng cấm gì đâu.

乙：我从来不带什么违禁品的。

A：Đây là cái gì?

甲：这是什么？

B：Đây là quà để tặng bạn.

乙：这是送给朋友的礼物。

B：Đây là chiếc máy ảnh số tôi dùng.

乙：这数码相机是我自己用的。

A：Trong hòm giấy là gì?

甲：纸箱里呢？

B：Những sách công cụ.

乙：工具书。

B：Ngoài ra tôi còn hai tút thuốc lá, có cần nộp thuế không?

乙：另外我带了两条烟，需要上税吗？

A：Không cần.

甲：不用。

A：Kiểm tra xong rồi, đã làm phiền thêm cho ông. Đây chỉ là làm theo thủ tục thông lệ của hải quan, mong ông thông cảm.

甲：检查完了，给您添麻烦了。这只是海关例行公务，请您谅解。

B：Không sao cả.

乙：没什么。

A：Cám ơn, tạm biệt.

甲：谢谢，再见。

Hội thoại III　　Chỗ làm thủ tục gửi vận chuyển hành lý
会话3　　　　　行李托运处

A：Xin hỏi, đây có phải là chỗ làm thủ tục gửi vận chuyển hành lý không?

甲：请问，这是行李托运处吗？

B：Vâng. Xin ông đặt hành lý lên cân bàn để cân xem.

乙：是的。请您把行李放到磅上过称。

A：Vâng.

甲：好的。

B：Tất cả ba mươi ki-lô. Theo quy định chúng tôi chỉ miễn phí cho mỗi một hành khách mang theo hai mươi ki-lô hành lý lên máy bay. Rất tiếc là hành lý của ông đã quá trọng lượng quy định mười ki-lô.

乙：总共是30公斤。按规定，我们只允许旅客免费携带20公斤的行李登机，很遗憾您的行李超重了10公斤。

A：Thế thì làm sao bây giờ?

甲：那现在怎么办？

B：Ông có thể lấy những hành lý quá trọng lượng ra mang bên người.

乙：您可以把超重的行李随身携带。

A：Cám ơn.

甲：谢谢。

B：Ông hãy dán những thẻ hành lý này lên trên mỗi một kiện hành lý.
Đây là thẻ lên máy bay của ông, mời ông đến cửa lên máy bay số ba.

乙：请您把行李签贴到每件行李上。这是您的登机卡，请到3号登机口。

A：Cám ơn.

甲：谢谢。

词汇表

1. hải quan　海关
2. xuất trình　出示
3. hộ chiếu　护照
4. xác định　确认
5. tờ khai　申报单
6. tút　一条（包装）
7. thuốc lá　香烟
8. nộp thuế　纳税
9. kê khai　填好
10. nhập cảnh　入境
11. tạm trú　暂住
12. ở lại　逗留；留下
13. thủ tục　手续
14. khai báo　申报
15. giấy chứng nhận sức khỏe　健康证明
16. tiêm chủng　打预防针
17. kiểm tra　检查；检测
18. du ngoạn　游玩
19. giấy hải quan　海关申报表
20. va-li　皮箱
21. hòm giấy　纸箱
22. giấy miễn khám　免检证
23. cấm　禁止；违禁
24. số　数码产品
25. công cụ　工具
26. thông lệ　惯例
27. thông cảm　谅解；理解
28. vận chuyển　运转；运输
29. hành lý　行李
30. đặt　放；放置；存放
31. cân　称
32. miễn phí　免费

33. hành khách　旅客
34. máy bay　飞机
35. tiếc　可惜；遗憾
36. trọng lượng　重量
37. dán　粘贴
38. thẻ lên máy bay　登机卡
39. cửa lên máy bay　登机口

Hướng dẫn 注释

1. tút　在课文里是指香烟的数量单位"条"。10包烟为1条。

2. cân　多义词。

（1）作动词。

例：Chị cân hộ cho em mấy quả lê này.

　　帮我称这几个梨。

（2）作名词。

例：Cân điện tử này có đắt không?

　　这电子秤贵吗？

（3）作计量单位名词，相当于汉语的"公斤"。

例：Tôi muốn mua hai cân thịt nạc.

　　我想买两公斤瘦肉。

3. số　多义词。

（1）数目；数额。

例：Số tiền thu được không nhiều.

　　收到的金额不多。

（2）号数；号码。

例：Áo của anh số mấy?

　　你的衣服是几号的？

（3）指数码产品。

例：Đây là máy ảnh số của tôi.

这是我的数码相机。

（4）命数；命运。

例：Số may.

幸运。

4. cấm

（1）和"không được"连用，加强"禁止"的祈使语气。

例：Cấm không được hút thuốc.

禁止吸烟！

Cấm không được tham quan.

禁止参观！

（2）作定语。

例：Đây là hàng cấm.

这是违禁品。

补充词汇：

tờ khai hải quan 报关表　nhân viên hải quan 海关人员

tổng cục hải quan 海关总署　　　　miễn thuế 免税

hóa đơn 发票　　　　　　　tờ khai 申报单

giấy tiêm chủng 预防接种书

thời hạn kiểm dịch 检疫期限　　　nộp 交；缴

thông lệ 惯例　　　kiểm tra 检查　tham quan 观光

công tác vì việc công 因公出差　lấy lại 领回

hành lý xách tay 手提行李

chỗ chờ lấy hành lý 行李待领处　lấy/ lĩnh 领取

quà 礼物

thời hạn giải quyết việc cấp hộ chiếu 护照办理期限

chất dễ nổ 易爆品　chất dễ cháy 易燃品　đồ cổ 古董

hê-rô-in 海洛因　tiêu bản động vật 动物标本

tiêu bản thực vật 植物标本

các loại hoa quả　各种水果

tạm trú tại Việt Nam　在越暂住　　　　vũ khí　武器

đạn dược　弹药　　　biểu thuế　税表

thuế xuất khẩu　出口税　　　　　thuế nhập khẩu　进口税

thuế tiêu thụ đặc biệt　特别销售税

thuế nhập khẩu ưu đãi　进口优待税　　thuế suất　税率

thuế giá trị gia tăng　增值税

cửa khẩu quốc tế　国际口岸　　　giới tính　性别

quốc tịch　国籍　　　nơi cư trú　居住地　　gia hạn visa　续签证

hết hạn　过期　　　giấy mời　邀请函　　đại sứ quán　大使馆

lãnh sự quán　领事馆　　xuất cảnh　出境

Tập luyện các kiểu câu sau　句型拓展练习

1. Chị đến Trung Quốc có việc gì?

Tôi đến để …

2. Tôi chỉ mang theo …có cần nộp thuế không?

3. Đây là cái gì?

Đây là quà để tặng …

4. cân

Tập nói theo chủ đề　对话拓展

1. 以过海关为主题, 与海关工作人员进行过境的对话练习, 要求不少于300字。

2. 用越南语说说出入境要注意哪些事项。

Thường thức 常识

根据1992年3月15日中越关于互免签证的协定, 中国公民持有效外交、公务、因公普通护照及其使用同一本护照的偕行人入境、出境或者过境越南时免办签证，停留期为30天，如需要延期，须由越方接待单位提出申请，在越南公安部出入境管理局办理。

中国公民持有效普通护照入境、出境或过境越南须事先办理签证。越南驻华大使馆、越南驻广州总领事馆及越南驻昆明总领事馆都可为中国公民签发赴越签证。签证种类分为旅游、商务两种，中国公民可本人前往使领馆办理，或委托旅游公司代办。

中国公民入境越南时，需要在入境口岸填写一式两联的入出境申报单（英越文），其内容包括入境、海关、动植物检疫等内容，第一联（白色）由越南边境口岸存留，第二联（黄色）由入境者保存，以备出境时检查。

入境越南后，一般须在48小时内向留宿地附近的公安机关申报居留。如入住旅店，则由店方负责代为申报，故旅客入住时，一般应将护照或其他旅行证件交由店方保管。

越南海关规定，入境时如携带3000美元以上（2万元人民币或其他等值货币）、300克以上黄金等必须申报，否则出境时，超出部分将被越南海关没收。国内团组出访，如团费交由专人携带，入境时应申报，或者分散保管，否则，出境时超出3000美元部分将被越南海关没收。外国人出境越南时可免税携带香烟200支、雪茄烟50支、烟草250克、酒类1公升。

越南海关禁止入境者携带易燃、易爆、易腐蚀、剧毒、放射性、有异味物品，各种黄色书刊、影碟，未经检疫的动植物及武器等入境。

Bài thứ 8　　Giao thông
第八课　　　交通

Kiểu câu thường dùng　常用句型

Xin hỏi xe buýt này đi đâu?

请问这趟公共汽车是到哪儿的?

Xin hãy giúp tôi gọi một chiếc tắc-xi.

请帮我叫辆出租车。

Từ đây đi tắc-xi đến khách sạn Nam Ninh phải mất bao

nhiêu tiền?

从这里坐出租车到南宁饭店需要多少钱?

Tôi muốn đặt một vé máy bay đi Hà Nội vào tuần tới.

我想订一张下星期到河内的机票。

Lúc nào xuống xe, đừng quên mang đồ đạc của mình.

下车时请不要忘记带自己的东西。

Nhờ anh làm hộ thủ tục gửi hành lý cho tôi.

请你帮我办理行李托运手续。

Những câu cơ bản　基本句型

1. Xin hỏi xe buýt này đi đâu?
   请问这趟公共汽车是到哪儿的?

2. Xe này đi trường Đại học Dân tộc Quảng Tây.
   这趟车是到广西民族大学去的。

3. Cho tôi một vé xe đi trường Đại học Dân tộc Quảng Tây.

请给我一张到广西民族大学的车票。

Vâng, vé đây.

好，给你。

4. Xe này có qua trường Đại học Quảng Tây không?

这车经过广西大学吗？

Có qua đó.

经过的。

5. Vẫn chưa tới à?

还没到吗？

Bến sau là tới.

下一站就到了。

6. Có ai xuống xe không?

有人下车吗？

Tôi muốn xuống xe.

我要下车。

‖ Đàm thoại theo tình huống 情景对话 ‖

Hội thoại I   Đi tắc-xi
会话1   乘出租车

A：Xin hãy giúp tôi gọi một chiếc tắc-xi.

甲：请帮我叫辆出租汽车。

B：Vâng, anh chờ trong 2 phút, sẽ có xe tới ngay.

乙：好，请等两分钟，车就到。

C：Anh muốn đi đâu?

丙：您要去哪儿？

A：Chở tôi đến khách sạn Nam Ninh.

甲：我要到南宁饭店。

A：Từ đây đi tắc-xi đến khách sạn Nam Ninh phải mất bao nhiêu tiền?

甲：从这里坐出租车到南宁饭店需要多少钱？

C：Phải mất khoảng 40 đồng.

丙：需要大约40元。

A：Vâng, xin đưa tôi đến khách sạn Nam Ninh.

甲：请到南宁饭店。

C：Đây là hành lý của anh phải không?

丙：这是您的行李吗？

A：Vâng, phiền anh mang lên xe cho tôi.

甲：是的，麻烦您帮我把它放到车上。

C：Vâng, mời lên xe.

丙：好的，请上车。

A：Từ đây đến khách sạn Nam Ninh bao xa?

甲：从这里到南宁饭店有多远？

C：Khoảng 25 km.

丙：大约25公里。

A：Đề nghị anh chạy nhanh một chút.

甲：请你开快点。

C：Vâng.

丙：好的。

C：Chúng ta đến nơi rồi.

丙：我们到了。

A：Bao nhiêu tiền?

甲：多少钱？

C：Chúng tôi tính theo cây số, tất cả là 48 đồng.

丙：我们按公里计算，一共是48元。

A：Đây là 50 NDT, không cần trả lại tiền lẻ nữa.

甲：这是50元，不用找零钱了。

C：Cám ơn nhiều.

丙：谢谢。

Hội thoại II   Đi tàu hỏa
会话2   乘火车

A：Cho hai vé giường nằm đi Bắc Kinh.

甲：请给我两张去北京的卧铺票。

B：Vâng.

乙：好的。

A：Vé này có thời hạn mấy ngày?

甲：这张票有效期是几天？

B：Thời hạn là 3 ngày.

乙：3天。

A：Vé này xuống xe giữa chừng có được không?

甲：用这张票可以在中途下车吗？

B：Vâng, anh có thể xuống bất cứ ga nào.

乙：是的，你可以在任何一个站下车。

A：Chúng ta vào phòng chờ nhà ga nghỉ một lát rồi hãy vào ga lên tàu.

甲：我们到候车室休息一会儿再进站上车。

A：Tàu hỏa đi Bắc Kinh mấy giờ xuất phát?

甲：到北京的火车几点开车？

C：9 giờ 15 phút.

丙：9点15分。

A：Chúng ta ngồi toa thứ mấy?

甲：我们坐几号车厢？

C：Toa thứ 12.

丙：12号车厢。

D：Xin gác đồ đạc lên trên giá gác.

丁：请把东西放在网架上。

D：Xin mời đồng chí đóng hộ cửa sổ.

丁：请把窗关上。

D：Tàu sắp chạy, xin quý khách đừng bước xuống.

丁：火车就要开了，请乘客不要下车。

A：Ga sau là ga gì?

甲：下一站是什么地方？

C：Ga Quế Lâm.

丙：桂林站。

A：Chuyến tàu này dừng ở đây bao lâu?

甲：这趟火车在这里停留几分钟？

C：10 phút.

丙：10分钟。

A：Tôi muốn ngủ một lát, khi nào tàu tới Quế Lâm , hãy báo cho tôi một câu.

甲：我想睡一会儿，车到桂林请告诉我一声。

C：Biết rồi ạ.

丙：好的。

D：Cho tôi kiểm tra vé của chị.

丁：请让我看看您的票。

A：Xin kiểm tra.

甲：请检查。

D : Đồ đạc chị mang theo vượt quá quy định, đề nghị chị làm thủ tục gửi vận chuyển.

丁 : 您携带的物品超过了规定的重量，请办理托运手续。

A : Làm thủ tục ở đâu?

甲 : 在哪里办手续？

D : Đề nghị đến phòng làm việc của trưởng tàu để làm thủ tục.

丁 : 请到列车长办公室办理手续。

D : Toa ăn bây giờ bắt đầu phục vụ, mời các anh, các chị đi dùng bữa.

丁 : 餐车现在开始营业，请各位用餐。

A : Vâng.

甲 : 好的。

D : Anh dùng cơm Trung Quốc hay cơm Tây?

丁 : 您用中餐还是西餐？

A : Cơm Trung Quốc .

甲 : 中餐。

D : Tàu sắp đến ga cuối,xin quý khách chuẩn bị hành lý xuống tàu, đừng quên mang đồ đạc của mình.

丁 : 请各位乘客做好准备，列车快到终点站了。下车时请不要忘记带自己的东西。

Hội thoại III   Mua vé máy bay
会话3   买飞机票

A : Chào chị, chị cho tôi mua một vé đi Hà Nội.

甲 : 您好！请给我一张到河内的票。

B : Anh định mua vé ngày nào?

乙 : 您想买哪天的？

A：Vé ngày mai.

甲：明天的。

B：Xin lỗi, vé ngày mai hết rồi.

乙：对不起，明天的票卖完了。

A：Thế à? Thế thì cho tôi đặt một vé máy bay đi Hà Nội vào tuần tới.

甲：是吗？那我订一张下星期到河内的机票。

B：Mỗi tuần có hai chuyến bay đến Hà Nội, một chuyến vào thứ tư, một chuyến khác vào ngày chủ nhật, đều khởi hành vào lúc 5h30 chiều.

乙：每星期有两班航班去河内，一班在星期三，另一班在星期天，都是在下午5点30分起飞。

B：Anh muốn bay chuyến nào ạ?

乙：您想乘哪一趟？

A：Tôi muốn bay chuyến 5h30 thứ tư.

甲：我想乘星期三5点30分的。

B：Anh mua vé một lượt hay mua vé khứ hồi?

乙：您买单程票还是往返票？

A：Tôi cần một vé khứ hồi hạng kinh tế của ngày thứ tư, bao nhiêu tiền hả chị?

甲：我要一张星期三经济舱的往返机票，请问多少钱？

B：Vé khứ hồi cộng phí bảo hiểm tất cả là hai trăm rưỡi đô-la anh ạ.

乙：往返票加上保险费总共是250美元。

A：Vâng, gửi chị.

甲：给。

词汇表

1. giao thông　交通

2. tắc-xi　出租车

3. bến   停车站；停车场   4. phiền   麻烦；烦劳
5. tính   计算   6. tiền lẻ   零钱
7. vé giường nằm   卧铺票   8. thời hạn   期限；时限
9. giữa chừng   中途；半路   10. bất cứ   无论；不论
11. phòng chờ   候车室   12. đợi   等；待；候；等候
13. tàu   火车；船只   14. tàu hỏa   火车
15. toa   车厢   16. gác   架；搁置；搁放
17. giá   架子   18. ga   火车站
19. Quế Lâm   桂林   20. dừng   停留；逗留
21. kiểm tra   检验；查看   22. vượt   超；超过
23. quy định   规定   24. gửi vận chuyển   托运
25. trưởng tàu   列车长   26. dùng bữa   用餐
27. cơm Trung Quốc   中餐   28. cơm Tây   西餐
29. vé máy bay   机票   30. khởi hành   发车；启程
31. vé một lượt   单程票   32. vé khứ hồi   往返票
33. hạng kinh tế   经济舱   34. cộng   加上
35. phí bảo hiểm   保险费

▌▌ Hướng dẫn **注释** ▌▌

1. gửi 的常见用法。

（1）寄存。

例：Đây là chỗ gửi hành lý.

这里是行李寄存处。

Gửi tiền tiết kiệm ở ngân hàng không tiện lắm.

在银行存款不是很方便。

（2）表示交付的委婉说法。

例：Gửi tiền chị.

给你钱。

Xin gửi ông.

给您。

（3）邮寄。

例：Tôi muốn gửi lá thư này cho bạn ở Thượng Hải.

我想给上海的朋友寄封信。

Xin hỏi gửi chiếc áo này phải mất bao nhiêu tiền?

请问邮寄这件衣服需要多少钱？

（4）致，谨致。

例：Gửi lời chúc mừng năm mới tới thầy Minh.

向明老师致以新年的问候。

Gửi lời hỏi thăm sức khỏe tới bác Vinh .

向荣伯伯问好。

2. đặt 的常见用法。

（1）订，预订。

例：Tôi muốn đặt hai vé đến Bắc Kinh vào thứ 3 tuần tới.

我想订两张下周二到北京的票。

Anh đã đặt bữa cơm giao thừa chưa?

你预订年夜饭了吗？

（2）搁置，放置。

例：Xin mời đặt hành lý lên cân đi.

请把行李放上来过称。

Chị đặt ở đây là được.

你放在这就行了。

（3）制定，订立。

例：Quân ta đã lên kế hoạch tác chiến.

我军已经做好作战计划。

Lên kế hoạch xóa đói giảm nghèo.

制订扶贫解困计划。

（4）建立，奠定。

例：18/1/1950, Trung Quốc đã đặt quan hệ ngoại giao với Việt Nam.

1950年1月18日，中国和越南建立了外交关系。

Điều đó đã đặt nền móng vững chắc cho công cuộc xây dựng

Đảng.

这为党的建设奠定了牢固的基础。

3. xin 和mời的用法。

（1）xin　敬辞，相当于汉语的"请求、请、请允许"。

例：Xin anh thông cảm cho.

请您谅解。

Xin chị cứ tự nhiên.

请随意。

（2）mời　敬辞，相当于汉语的"邀请、请"。

例：Mời anh đi xem phim.

请你去看电影。

Mời các đồng chí uống cà-phê Việt Nam.

请你们喝越南咖啡。

（3）xin 与mời 这两个词也可以连在一起用。

例：Xin mời ngồi chơi.

请坐。

Lúc nào được rỗi xin mời anh sang nhà tôi chơi.

您什么时候有空请到我家玩。

补充词汇：

thời gian có hiệu lực	有效期	giữa đường	中途
sân ga	站台	toa xe 车厢	phòng giải đáp	问讯处
phòng bán vé bổ sung	补票处	cửa soát vé	检票口

phòng hút thuốc　吸烟室

mang theo　携带　　vật phẩm　物品

thủ tục　手续　　toa ăn　餐车

bảng giá　价格表　　ghế ngồi mềm　软座

ghế ngồi cứng　硬座　giường nằm cứng　硬卧

đèn giao thông　交通灯/红绿灯

đèn xanh　绿灯　　ngã tư　十字路口

đường một chiều　单行道

đường hai chiều　双行道

cấm rẽ trái　禁止左转

hãng hàng không　航空公司

mũ bảo hiểm/mũ an toàn　安全帽

cảnh sát giao thông　交警

an toàn giao thông　交通安全

cầu vượt　立交桥

đường cáp treo　索道

đường mòn　羊肠小道

đường bộ　陆路

đường thủy　水路

bến xe　车站

giấy tờ　证件

trọng lượng　重量

tiền bảo hiểm　保险金

giường nằm mềm　软卧

đèn đỏ　红灯

ngã ba　三岔路口

đường cao tốc　高速路

quốc lộ　国道

xe khách　客车

đặt vé　订票

công an　公安

bằng lái　驾照/驾驶证

cầu bộ hành　天桥

đường hầm　隧道/地道

cáp treo　缆车

đường sắt　铁路

đường hàng không　航线

đầu mối giao thông　交通枢纽

sân bay　机场

▌▌ Tập luyện các kiểu câu sau　句型拓展练习 ▌▌

1. Xin hỏi xe buýt này đi đâu?

   Xe này đi …

2. Anh muốn bay chuyến nào ạ?

   Tôi muốn bay chuyến …

3. Anh mua vé một lượt hay mua vé khứ hồi?

   Tôi cần một vé …

4. gửi

5. đặt

Tập nói theo chủ đề　对话拓展

1. 以"打的"为主题, 进行乘客与司机的一段对话，要求不少于300字。

2. 说说从南宁到河内应该怎么走。

Thường thức 常识

航空方面，中国南方航空公司从广州到胡志明市、从南宁到河内、从北京到河内每周各两个航班。越南航空公司从河内或胡志明市到广州每周各三个航班。

铁路方面，北京—南宁—河内有国际联运列车，每周一、五21：15从南宁发车，约在7：00抵达河内，票价为345元人民币，内含50元手续费，国际联运列车到达凭祥后需办理过关手续，到达同登后换乘越南国内列车到达河内。

公路方面，南宁每天都有快班直达河内，时间为早上8：00从埌东客运站发车，票价168元人民币左右，6个多小时即可到达河内。南宁江南客运站每天也有开往下龙湾、河内的大巴，票价是180元人民币。

乘船至越南也很方便。在北海乘"新上海"邮轮可往返于北海和海防。该邮轮17：00从北海深水港码头开船，次日8：00到海防市。该邮轮有三层，载客量为500人。

越南国内交通：越南国内旅游城市除沙巴和会安外几乎都有机场，而河内至胡志明市之间每天有多次航班往返。机票较贵，例如河内至胡志明市的单程机票约为173美元。

河内至胡志明市的铁路长1726公里,每天有4班快车,快车需要36~44小时才到达。1号公路从友谊关经河内和胡志明市到金瓯,全长2247公里,是越南交通的大动脉,长途客车日夜穿梭在河内到胡志明市之间。

三轮车在越南是一种较便宜、方便又有特色的市内交通工具,车夫清一色是男性。乘三轮车一般每小时需要20000~40000越盾,相当于人民币10~20元。

Bài thứ 9   Vui chơi giải trí
第九课   娱乐

Bạn có hay xem phim không?

你喜欢看电影吗？

Tôi thích xem phim tâm lý và phim hài.

我喜欢看爱情片和喜剧片。

Buổi biểu diễn tối nay còn vé không?

今晚的表演还有票吗？

Tôi muốn đặt 2 vé buổi hòa nhạc đêm nay.

我想订两张今晚音乐会的票。

Tối nay cậu có rỗi thì gọi điện thoại hẹn cả Chung và Hà bọn mình đi uống cà phê nhé!

今晚你有空就给阿钟和阿霞打电话约她们一起去喝咖啡。

1. Bình thường lúc rỗi bạn làm những gì?

   平时空闲都做些什么呢？

   Sở thích của tôi rất nhiều, nhưng tôi mê câu cá và cờ tướng nhất.

   我的爱好很多，但我最迷钓鱼和象棋。

2. Đây là một trò giải trí rất thú vị.

   这是很有趣的娱乐。

3．Mùa hè tôi thích đi bơi lội, mùa đông thì đi săn bắn.

夏天我喜欢去游泳，冬天就去打猎。

4．Bạn có thích đi xem phim không?

你喜欢看电影吗？

Tôi rất thích xem phim, chỉ cần bạn nói ra tên phim là tôi có thể kể lại câu chuyện trong phim.

我很喜欢看电影，只要你说出片名，我就能告诉你影片的故事。

5．Dạ hội đêm nay có những tiết mục gì?

今晚的晚会有什么节目？

Chương trình đây, có múa, đơn ca, song ca, ngâm thơ, độc tấu ghi-ta và hòa nhạc v.v.

这是节目单，有舞蹈、独唱、二重唱、诗歌朗诵、吉他独奏和器乐合奏等。

6．Mấy giờ bắt đầu diễn? Vé số ghế bao nhiêu?

几点开演？票是几号？

8 giờ bắt đầu diễn, vé số ghế 17,18 hàng 6.

8点开始，6排17号、18号的票。

Đàm thoại theo tình huống　情景对话

Hội thoại I　Đi xem ca nhạc
会话1　　　去看演唱会

A：Tối thứ 7 tuần này bạn có bận gì không?

甲：这个星期六晚上你有什么要忙吗？

B：Không, có việc gì đấy?

乙：没有，有什么事情吗？

A ： Mình có cặp vé mời đi xem ca nhạc, đi xem cùng mình nhé!

甲：我有两张音乐会的邀请票，你跟我一起去吧！

B ： Ca nhạc gì vậy?

乙：什么音乐呀？

A ： Nhạc trẻ, buổi biểu diễn mang tên là "Nhịp sống trẻ".

甲：流行歌曲，这个演唱会叫"年青生活节奏"。

B ： Hay quá, ai cho bạn vé vậy?

乙：太好了，谁给你票呀？

A ： Công ty chị mình cho nhân viên nhân ngày Phụ nữ Việt Nam 20/10.

甲：是10月20日越南妇女节那天我姐她们公司发的。

B ： Sao chị bạn không đi xem?

乙：你姐干吗不去听啊？

A ： Hôm đấy lớp Đại học chị mình họp lớp nên chị ấy không đi.

甲：因为那天我姐大学同学聚会，所以她去不了。

B ： Hôm qua mình cũng thấy quảng cáo về buổi ca nhạc này trên báo Thanh Niên.

乙：昨天在《青年报》我也看到了这个演唱会的广告。

A ： Ừ, nghe nói buổi ca nhạc này có nhiều ca sĩ nổi tiếng tham gia như Hồng Nhung, Mĩ Linh, Cẩm Vân, Lam Trường …

甲：是，听说这个演唱会有很多著名的歌星参加，如红绒、美玲、锦云、蓝长等。

B ： Vé mấy giờ?

乙：票是几点的？

A ： 8 giờ tối bắt đầu diễn.

甲：晚上8点开始。

B ： 7 giờ mình đi từ nhà nhé!

乙：我们7点从家里出发吧。

A : Ừ.

甲：好的。

Hội thoại II   Đi xem phim
会话2   去看电影

A : Hôm nay mình đi rạp xem phim đi!

甲：今天我们去电影院看电影吧！

B : Vâng, tối nay anh rỗi không? Mình đi xem luôn.

乙：好的，今晚你有空吗？我们一起去看。

A : Tối nay anh cũng rỗi nhưng sợ tối thứ 7 mọi người đi xem nhiều, họ
    đã đặt vé trước nên khó mua vé.

甲：今晚我有空，可是今天周六怕去看的人多，他们都预订票了所
    以很难买到票。

B : Vậy thì để tối mai vậy!

乙：那明天晚上吧！

A : Trua mai anh sẽ đi mua vé, xem ở rạp Ngọc Khánh được không?

甲：明天中午我去买票。到玉庆电影院看可以吗？

B : Xem ở rạp chiếu phim Quốc Gia đi!

乙：到国家电影院看吧！

A : Em thích xem phim gì? Phim tâm lý, phim hài hay phim hành động?

甲：你喜欢看什么电影？爱情片、喜剧片还是动作片？

B : Xem phim hài ạ. Em thấy ở các rạp đang chiếu bộ phim hài của Mỹ,
    nhiều người xem lắm.

乙：看喜剧片吧。我看各电影院正在上映美国的喜剧片，很多人去看
    呢。

A : Em cảm thấy phim Mỹ thế nào?

甲：你觉得美国电影怎么样？

B：Em thấy phim Mỹ đứng đầu thế giới, bất kể là quay phim, đạo diễn hay là diễn viên, thật là tuyệt vời!

乙：我觉得美国电影是世界一流的，无论是摄影、导演还是演员，简直太棒了！

A：Thực ra phim Trung Quốc cũng khá, ví dụ như những tác phẩm của Trương Nghệ Mưu và Trần Khải Ca, cũng nổi tiếng trên thế giới.

甲：其实中国电影也不错啊，比如说张艺谋和陈凯歌的作品，在世界也是很有名的。

B：Vâng, đạo diễn Trương Nghệ Mưu là một thiên tài về tận dụng ánh sáng và màu sắc, âm nhạc cũng rất có nét đặc sắc Trung Quốc. Tối mai đi xem phim truyện Trung Quốc "Anh hùng" được không?

乙：是的，张艺谋导演在运用色彩和光线方面是个天才，音乐也很有中国特色。明晚我们就去看他的《英雄》好吗？

A：Ừ. Lần trước mình ngồi xem ở hàng A à?

甲：可以。上次我们坐在A排吗？

B：Vâng, ngồi hàng đấy gần màn hình lắm, lần này anh mua vé hàng E đi.

乙：是呀，坐在那排靠银幕太近了，这次你买E排的票吧！

A：Ừ, tối mai anh đến nhà đón em nhé!

甲：可以，明晚我去接你哦。

B：Vâng.

乙：好的。

Hội thoại III   Đi uống cà phê
会话3   喝咖啡

A：Dạo này công việc của cậu có bận không?

甲：最近你工作忙吗？

B：Tớ không bận lắm, còn cậu thì sao?

乙：不是很忙，你呢？

A：Tớ cũng vậy.

甲：我也是。

B：Cậu có hay gặp Chung và Hà không?

乙：你经常见到阿钟和阿霞吗？

A：Không, ít khi gặp bọn nó lắm, chỉ hay gọi điện thoại thôi.

甲：很少见到她们，只是经常打电话。

B：Tối nay cậu có rỗi thì gọi điện thoại hẹn cả Chung và Hà bọn mình đi uống cà phê nhé!

乙：今晚你有空就给阿钟和阿霞打电话，约她们一起去喝咖啡吧！

A：Ừ, lâu lắm rồi không tụ tập. Thế tối nay định hẹn nhau ở đâu?

甲：好啊，很长时间没有聚了。晚上打算去哪儿呢？

B：Ở quán Làn Sóng Xanh nhé, quán đấy tối nào cũng có ca nhạc.

乙：去蓝色波浪咖啡厅吧，那里每天晚上都有唱歌表演。

A：Tối hôm qua sinh nhật đứa bạn làm cùng phòng cũng tổ chức ở đấy. Hay mình đi quán Phố Cũ đi, quán đó yên tĩnh hơn, bọn mình vừa uống nước vừa chuyện trò.

甲：昨晚我们部门的同事庆祝生日也在那儿举行。要不我们还是去老街咖啡厅吧，那个咖啡厅比较安静，我们边喝咖啡边聊天。

B：Ừ, tớ cũng thích quán đấy.

乙：好呀，我也喜欢那家咖啡厅。

A：Thế tớ gọi điện thoại hẹn cả Chung cả Hà tối 8 giờ ở đấy nhé!

甲：那么我给阿钟和阿霞打电话约8点在那儿吧。

B：Ừ, nhớ bảo bọn nó đến đúng giờ đấy nhé!

乙：好，记得告诉她们按时到哦！

词汇表

1. phim tâm lý　爱情片

2. phim hài　喜剧片

3. buổi hòa nhạc　音乐会

4. sở thích　爱好

5. mê　迷恋；沉醉

6. câu cá　钓鱼

7. cờ tướng　象棋

8. trò　游戏；杂耍

9. giải trí　娱乐

10. bơi lội　游泳

11. săn bắn　打猎

12. chương trình　节目单

13. múa　舞蹈

14. đơn ca　独唱

15. song ca　二重唱

16. ngâm thơ　诗歌朗诵

17. độc tấu　独奏

18. ghi-ta　吉他

19. hòa nhạc　合奏

20. diễn　表演

21. cặp　一对；一双

22. ca nhạc　音乐；歌曲

23. nhạc trẻ　流行歌曲

24. nhịp　节奏

25. quảng cáo　广告

26. phim hành động　动作片

27. màn hình　屏幕

28. đón　接

29. cà phê　咖啡

30. tụ tập　聚聚

31. chuyện trò　聊天

Hướng dẫn　注释

1. hay　多义词。

（1）作形容词。意思是“好，妙，棒”。

例：Đây là một bài thơ rất hay.

这是一首很好的诗。

Bộ phim hay này tôi đã xem hai lần.

这部好电影我已经看了两遍。

（2）作连接词。相当于汉语的"或者，还是"。

例：Anh đi tập chạy hay đi đá bóng?

你去跑步还是踢球？

Chị thích màu đỏ hay màu trắng?

你喜欢红色还是白色？

（3）作副词。经常和"thường"连用，意思是"经常，常常"。

例：Tôi thường hay không ăn sáng.

我经常不吃早餐。

Nó hay bị cảm.

他经常感冒。

2. cặp 多义词。

（1）作名词。

例：Cặp học sinh/cặp sách.

书包。

Cặp tài liệu.

公文包。

（2）作动词。意思是"夹住"。

例：Cặp nhiệt kế cho người bị sốt.

让发烧的病人夹体温计。

（3）作量词。相当于汉语的"双，对"。

例：Đây là một cặp vợ chồng hạnh phúc.

这是一对幸福的夫妻。

3. đấy nhé 强调语气词。

例：Chị nhớ bảo cho nó biết đấy nhé.

你记得告诉他哦。

4. chương trình　多义词。

（1）计划。

例：Chúng tôi đã ấn định chương trình làm việc trong vòng năm năm.

我们制订了5年工作计划。

Chương trình hoạt động hôm nay như thế nào?

今天的活动安排如何？

（2）节目。

例：Chúng tôi thường xuyên theo dõi chương trình phát thanh của đài Tiếng nói Việt Nam.

我们经常收听《越南之声》广播节目。

Chương trình biểu diễn tối nay rất hay.

今晚的表演很精彩。

（3）程序。

例：Chương trình nghị sự.

议程。

Chương trình dịch.

翻译程序。

5. bọn mình　在同辈人中使用，表达一种亲昵的口吻。

例：Bọn mình không ai muốn đi.

我们没有人想去。

Tại sao bọn mình không ai biết?

为什么我们没有人知道呢？

补充词汇：

ca múa　歌舞	sân khấu　舞台	rạp hát　戏院
hát　唱歌	đàn　弹琴	cuộc　场；次
hàng　行；排	ngâm　吟	đơn ca　独唱
đồng ca　合唱	tốp ca　小合唱	song ca　二重唱
độc tấu　独奏	ghi-ta　吉他	vi-ô-lông　小提琴
hòa nhạc　合奏	đánh cờ　下棋	nghệ thuật　艺术
nhạc cụ　乐器	tỳ bà　琵琶	phim tài liệu 纪录片
phim hoạt hình　动画片	hát ka-ra-ô-kê　唱卡拉OK	
nhạc rock　摇滚乐	nhạc cách mạng　革命歌曲	
nhạc thiếu nhi　少儿音乐	nhạc dân tộc　民族音乐	chèo　嘲剧
múa đôi　双人舞	vũ hội hóa trang　化装舞会	
múa đơn　独舞	đoàn ca múa　歌舞团	đoàn kịch nói　话剧团
đoàn nhạc dân tộc　民族乐团		đoàn xiếc　杂技团
đoàn đồng ca　合唱团		phim màu　彩色电影
phim đen trắng　黑白电影		
phim hợp tác xây dựng　合拍片		
phim kinh dị　惊险恐怖片		
phim khoa học viễn tưởng　科幻影片		
phim tai nạn　灾难片	phim chiến tranh　战争片	
phim trinh thám　侦探片	phim dịch từ tiếng nước ngoài　外国译制片	
phim ca nhạc　音乐片	phim lập thể màn ảnh rộng　宽银幕立体声电影	
phim nghệ thuật　艺术电影		

Tập luyện các kiểu câu sau　句型拓展练习

1. Bình thường lúc rỗi bạn làm những gì?

Sở thích của tôi rất nhiều, ví dụ như…

2. hay

3. cặp

4. chương trình

Tập nói theo chủ đề 对话拓展

1. 以约好朋友去看电影为主题, 设计一段对话练习, 要求不少于300字。

2. 说说自己的业余爱好。

Thường thức 常识

听音乐会, 跳舞, 看电影、电视和喝咖啡是当今越南人, 特别是年轻人喜欢的娱乐方式。

在越南, 美国电影比起本土电影更受年轻人的喜爱。电视方面, 韩国和中国台湾的偶像剧在越南很有市场,《还珠格格》和《雍正王朝》等中国内地的历史剧也很受欢迎。

当然最普遍的消遣方式就是喝咖啡了。在越南的大街小巷, 各种各样的咖啡店、咖啡摊随处可见, 很多人没什么事都可以在咖啡店坐上几小时, 一边品咖啡, 一边谈天说地, 其乐融融, 好不惬意。

说到越南的本土艺术, 就不能不提水上木偶戏。

水上木偶戏是越南独具特色的艺术。和其他木偶戏不一样的地方就是它是在水上表演的, 即在水上竖起帷幕, 演员们在幕后操纵木偶在水上游动表演。水上木偶戏的内容丰富多彩, 从农夫耕作到渔民捕鱼, 从神话故事到摔跤、赛马等竞技活动, 应有尽有, 生动逼真, 在国内外享有盛誉。

越南的舞台艺术大约有11个种类, 包括戏剧、杂技、水上木偶戏等，其传统戏剧主要有呐剧、嘲剧和改良戏等。

越南有54个民族，每个民族都有自己的音乐和器乐，各民族的民歌也各具特色，其中最有影响的是红河三角洲的北宁官贺民歌。

Bài thứ 10   Du lịch
第十课   旅游

Thời gian này rất bận, lâu lắm không đi du lịch rồi.

近来很忙，很久没去旅游了。

Bạn đã đi thăm Vịnh Hạ Long chưa?

你去下龙湾玩过吗？

Xin hướng dẫn viên giới thiệu cho một chút được không?

请导游给讲解一下好吗？

Chuyến du lịch này chi phí hết bao nhiêu?

这个旅程要多少费用？

Chụp một tấm ảnh để làm kỷ niệm nhé.

照张相作纪念吧。

Đi du lịch Việt Nam có thể mua gì về làm quà?

去越南旅游可以买什么回来送人呢？

Những câu cơ bản   基本句型

1. Tôi muốn tham quan thắng cảnh của thành phố Quế Lâm, có nơi nào thú vị không?

我想游览桂林，有没有好玩的地方？

Có. Có rất nhiều, bạn có nghe qua chưa? Quế Lâm sơn thủy nhất thiên hạ đấy!

有。有很多。你没听说过吗？桂林山水甲天下哦。

2. Thật không? Vậy Quế Lâm có những điểm du lịch nào?

是吗？那桂林都有哪些景点呢？

3. Tôi muốn mời một hướng dẫn viên biết tiếng Việt.

我想请一位会说越南语的导游。

Được ạ.

好的。

4. Hành trình tham quan Quế Lâm như thế nào?

桂林游的行程怎么安排？

Chúng tôi chia thành hành trình sáng, chiều và cả ngày.

我们分上午、下午和全天的行程。

5. Nếu là hành trình cả ngày thì mấy giờ xuất phát? Mấy giờ trở về?

如果是全天游的话几点出发？几点回来？

6 giờ rưỡi sáng xuất phát, 7 giờ tối trở về.

早上6点半出发，晚上7点回来。

6. Chuyến du lịch này chi phí hết bao nhiêu?

这个旅程要多少费用？

300 đồng nhân dân tệ.

300元。

Đàm thoại theo tình huống　情景对话

Hội thoại I　　Giới thiệu Quế Lâm
会话1　　　　　介绍桂林

A ：Tôi rất muốn đi du lịch thành phố Quế Lâm.

甲：我很想去桂林旅游。

B : Đó thật là nơi đáng đi. Từ xưa, non nước Quế Lâm đã lừng danh thế giới bởi "non xanh, nước biếc, hang kỳ, đá lạ".

乙：那是一个非常值得去的地方。桂林山水一直以"山青，水秀，洞奇，石美"闻名于世。

A : Quế Lâm có nhiều nơi du lịch không?

甲：桂林的旅游景点多吗？

B : Quế Lâm có tài nguyên du lịch thiên nhiên và nhân văn dồi dào. Có tới hơn 200 khu cảnh điểm chủ yếu quanh năm tiếp đón du khách trong và ngoài nước.

乙：桂林拥有丰富的自然和人文旅游资源。常年接待海内外旅游者的主要景点达200余处。

B : Nếu như bạn đến du lịch Quế Lâm, bạn không những được xem hang động Lư Địch Nham được khen là "cung điện nghệ thuật thiên nhiên", mà còn có núi Vòi Voi biểu tượng của thành phố Quế Lâm, núi Điệp Thái, núi Phục Ba, núi Độc Tú sừng sững và hiểm trở. Bạn còn có thể ngồi thuyền ngắm phong cảnh sông Ly Giang được ví là "cuốn tranh dài trăm dặm" v.v. Tất cả những khu phong cảnh đó không những là của báu trong tài nguyên du lịch Trung Quốc, mà cũng là của báu trong tài nguyên du lịch thế giới.

乙：如果您到桂林旅游，不仅可以看到被誉为"大自然艺术之宫"的芦笛岩，桂林市城市标志象鼻山，挺拔峻峭的叠彩山、伏波山、独秀峰，还可以畅游有"百里画廊"之誉的漓江，等等。这些不仅是中国，而且是世界旅游资源的瑰宝。

A : Giao thông của Quế Lâm thế nào?

甲：桂林的交通如何？

B : Giao thông của Quế Lâm rất tiện lợi. Đi du lịch các khu phong cảnh trong nội thành, ngoài xe tắc-xi và xe buýt ra, bạn còn có thể ngồi xe miễn phí tới các khu phong cảnh cấp nhà nước 4A như động Lư Địch Nham, núi Điệp Thái, núi Phục Ba, công viên Thất Tinh, thế ngoại đào nguyên sông Ly Giang v.v. Bạn chỉ cần có trong tay một tấm vé của bất kỳ khu phong cảnh nào là có thể ngồi xe miễn phí. Loại xe này cứ 15 phút chạy một chuyến và có hướng dẫn viên du lịch chuyên phục vụ du khách.

乙：桂林的交通非常方便。到市内各景区游览，您除了可以坐的士、公交车，芦笛岩、叠彩山、伏波山、七星公园、世外桃源、漓江等这些被国家评为4A级的景点景区，现在已经开设了免费专线车，您只需凭其中任一景区的门票，就可以免费乘坐。专线车每15分钟一趟，并配有专职的导游为您服务。

A：Sông Ly Giang chắc là rất đẹp!

甲：漓江一定很美！

B：Đến Quế Lâm du lịch thì không thể bỏ qua nội dung du lịch ngắm sông Ly Giang, bởi sông Ly Giang là tinh hoa của phong cảnh Quế Lâm. Sông Ly Giang bắt nguồn từ núi Mao Nhi huyện Hưng An đông bắc Quế Lâm, tổng chiều dài 437 km. Đoạn từ nội thành Quế Lâm đến huyện Dương Sóc dài 84 km, ngồi thuyền du lịch xuôi dòng phải mất trên nửa ngày. Đi thuyền ngắm cảnh bên sông, bạn sẽ có cảm giác như dòng sông tựa dải lụa xanh, uốn lượn quanh co giữa muôn ngàn hòn núi đá, hai bờ sông là những rặng tre xanh la đà, giống hệt một cuốn tranh dài trăm dặm.

乙：是啊，到桂林旅游不能不游漓江，因为漓江是桂林风光的精华。漓江发源于桂林东北兴安县的猫儿山，全长437公里，由桂林市区到阳朔县城这一段长84公里，乘坐游船顺江而下游览需要大半天的时间。乘船于江中观景，您会感觉江水就好像一条青绸绿带，盘绕在万点峰峦之间，两岸翠竹摇曳，宛如一幅百里画卷。

A：Nghe chị giới thiệu như vậy, tôi nhất định sẽ đi du lịch Quế Lâm.

甲：听你这么一说，我一定要去桂林旅游咯。

B：Sẵn sàng đón bạn đến du lịch Quế Lâm.

乙：随时欢迎您来桂林旅游。

Hội thoại II　Muốn đi du lịch
会话2　　　想去旅游

A：Chị đã sang Việt Nam du lịch lần nào chưa ạ?

甲：你去过越南旅游了吗？

B：Chưa, mồng một tháng năm chị định đi nhưng công việc bận quá nên lại thôi. Chị định Tết năm nay đi.

乙：没有，"五一"我打算去，可是工作太忙了，所以没去成。我打算今年春节去。

A：Vâng, chị đi đi, từ đây đi cũng gần.

甲：好啊，你去吧，从这里去很近。

B：Nghe nói Vịnh Hạ Long rất đẹp phải không?

乙：听说下龙湾很美是吗？

A：Đó là khu bảo tồn thiên nhiên được thế giới công nhận.

甲：那是世界公认的自然保护区。

B：Thế đi ô tô hết khoảng mấy tiếng?

乙：坐汽车要多长时间呢？

A：Đi xe khoảng 7 tiếng, sáng 8 giờ xuất phát, chiều khoảng 2 giờ Việt Nam là đến Vịnh Hạ Long rồi.

甲：大概7个小时，上午8点出发，下午越南时间2点左右就到下龙湾了。

B：Giờ ở Việt Nam có giống ở đây không?

乙：越南时间跟这边的一样吗？

A：Việt Nam muộn hơn ở đây 1 tiếng.

甲：越南时间比这边晚一个小时。

B：Chị nghe nói bây giờ sang Việt Nam du lịch không cần phải làm visa mà làm giấy thông hành là được.

乙：我听说现在去越南旅游不用申请签证，办通行证就可以。

A：Vâng, bây giờ thông qua công ty du lịch làm giấy thông hành là được.

甲：是呀，现在通过旅行社办通行证就可以。

B：Theo em thì nên đi theo công ty du lịch hay tự đi thì tốt hơn?

乙：你说应该跟旅行社走还是自己走呢？

A：Chị đi theo công ty du lịch thì tốt hơn, vì như vậy vừa rẻ lại đi tham quan được nhiều nơi.

甲：你应该跟旅行社走，这样既便宜又可以参观很多景点。

B：Ừ, sang Việt Nam đi theo đoàn thì thường được đi những đâu?

乙：好，跟团去越南一般都去参观什么地方？

A：Thường thì đi 3 thành phố phía Bắc của Việt Nam là Hà Nội, Hải Phòng và Hạ Long.

甲：一般去北方3个城市：河内，海防和下龙。

B：Thế đi du lịch Việt Nam có thể mua gì về làm quà?

乙：那么去越南旅游可以买什么回来送人呢？

A：Đồ ăn chị có thể mua bánh đậu xanh, mít sấy khô và cà phê, còn đồ lưu niệm chị mua các đồ mỹ nghệ làm từ gỗ trắc.

甲：吃的东西你可以买绿豆糕，菠萝蜜干和咖啡，还可以买用红木做的一些工艺品做纪念品。

B：Ừ, Tết này chị sẽ đăng ký đi.

乙：那好，这个春节我就去报名。

Hội thoại III   Du lịch tại Việt Nam
会话3　　　　在越南旅游

A : Chào chị, sau khi sang Việt Nam, chị đã đi du lịch những đâu?

甲：您好，到越南后，您到哪些地方旅游了？

B : Tôi chưa đi nhiều, chỉ xung quanh thành phố Hà Nội và Vịnh Hạ Long thôi.

乙：我没去什么地方，只游览了河内市四周和下龙湾。

A : Trước đây chị đã từng đến đây chưa?

甲：您以前到过这里吗？

B : Đây là lần đầu tiên tôi đến đây.

乙：我是第一次来到这里。

B : Hiện nay Việt Nam có những tuyến du lịch nào hấp dẫn đối với khách nước ngoài?

乙：如今越南有哪些吸引外国游客的旅游线路呢？

A : Những tuyến du lịch hấp dẫn nhiều khách nước ngoài là Hà Nội, Hạ Long, Huế, Đà Nẵng, Nha Trang, Đà Lạt , Vũng Tàu, Hội An, thành phố Hồ Chí Minh v.v.

甲：吸引外国游客的旅游线路有河内、下龙、顺化、岘港、芽庄、大叻、头顿、会安和胡志明市等。

B : Xin hướng dẫn viên giới thiệu cho một chút được không?

乙：请导游给讲解一下好吗？

A : Hà Nội, Huế và phố cổ Hội An là những quần thể di tích lịch sử. Nha Trang có bãi biển đẹp và sạch nhất Đông Nam Á. Đà Lạt là nơi nghỉ mát lý tưởng. Vũng Tàu có núi, có biển, cũng là nơi du lịch, nghỉ ngơi lý tưởng.

甲：河内、顺化和会安古城是历史遗迹群体；芽庄是东南亚最美丽也是最干净的海滨浴场；大叻市是理想的避暑胜地；头顿有山有海，也是一个理想的旅游胜地。

B ：Theo anh, thắng cảnh nào đẹp nhất?

乙：你觉得哪里的景点最漂亮呢？

A ：Theo tôi thì vịnh Hạ Long đẹp nhất. Với những giá trị đặc biệt, ngày 17/12/1994, trong phiên họp lần thứ 18 của Hội đồng Di sản thế giới thuộc UNESCO tổ chức tại Thái Lan, vịnh Hạ Long chính thức được công nhận là Di sản thiên nhiên thế giới, khẳng định giá trị mang tính toàn cầu của Di sản thiên nhiên thế giới vịnh Hạ Long.

甲：我觉得下龙湾最漂亮。1994年12月17日在泰国召开的联合国教科文组织世界遗产委员会的第18次会议上，下龙湾以其特有的价值被正式列入世界自然遗产名录，这也确定了下龙湾在世界自然遗产宝藏中的地位。

B ：Hạ Long thật là một kỳ quan của thế giới. Tôi chụp ảnh ở đây có được không?

乙：下龙真是世界之奇观。我可以在这里照相吗？

A ：Chị có thể chụp ảnh.

甲：可以的。

B ：Kia là cái gì?

乙：那是什么？

A ：Kia là công trình kiến trúc cao nhất của thành phố Hạ Long.

甲：那是下龙市的最高建筑物。

B ：Thật là tuyệt vời. Ở Hạ Long mà không chụp ảnh thì thật tiếc quá.

乙：真是美轮美奂。到下龙湾不拍照实在是太遗憾啦。

词汇表

1. thắng cảnh 名胜；胜地
2. thú vị 好玩
3. Quế Lâm sơn thủy nhất thiên hạ 桂林山水甲天下
4. hành trình 行程
5. xuất phát 出发
6. chi phí 费用
7. non xanh 山青
8. nước biếc 水秀
9. hang kỳ 洞奇
10. đá lạ 石美
11. biểu tượng 标志
12. sừng sững 挺拔
13. hiểm trở 峻峭
14. của báu 瑰宝
15. cấp nhà nước 国家级
16. chuyên 专
17. động Lư Địch Nham 芦笛岩
18. núi Điệp Thái 叠彩山
19. núi Phục Ba 伏波山
20. công viên Thất Tinh 七星公园
21. thế ngoại đào nguyên 世外桃源
22. sông Ly Giang 漓江
23. tinh hoa 精华
24. tựa dải lụa xanh 青绸绿带
25. uốn lượn quanh co 盘绕
26. rặng tre xanh la đà 翠竹摇曳
27. vịnh Hạ Long 下龙湾
28. bảo tồn 保护；保存
29. khu bảo tồn thiên nhiên 自然保护区
30. thế giới 世界
31. công nhận 公认
32. muộn 晚；迟
33. visa 签证
34. giấy thông hành 通行证
35. phía Bắc 北方
36. Hà Nội 河内
37. Hải Phòng 海防
38. Hạ Long 下龙
39. đồ ăn 食品；食物；吃的东西
40. bánh đậu xanh 绿豆糕
41. mít sấy khô 菠萝蜜干
42. cà phê 咖啡
43. đồ lưu niệm 纪念品
44. đồ mỹ nghệ 工艺品
45. gỗ trắc 红木
46. tuyến 线；路；线路
47. hấp dẫn 吸引
48. Huế 顺化
49. Đà Nẵng 岘港
50. Nha Trang 芽庄
51. Đà Lạt 大叻
52. Vũng Tàu 头顿
53. Hội An 会安
54. thành phố Hồ Chí Minh 胡志明市

55. di tích lịch sử　历史遗迹　　56. bãi biển　海滨浴场；海滩
57. Đông Nam Á　东南亚　　　　58. nghỉ mát　避暑
59. lý tưởng　理想的　　　　　　60. nghỉ ngơi　休息；静养
61. phiên　次；轮；番
62. Hội đồng Di sản thế giới　世界遗产委员会
63. UNESCO　联合国教科文组织
64. Thái Lan　泰国
65. Di sản thiên nhiên thế giới　世界自然遗产
66. công trình　工程　　　　　67. kiến trúc　建筑
68. tuyệt vời　绝妙；美轮美奂

Hướng dẫn　注释

1. cấp的常见用法。

（1）发给。

例：Học viện đã cấp học bổng hai nghìn đồng.

学院发给2000元奖学金。

Hôm nay được phát lương chưa?

今天发工资了吗？

（2）级别。

例：Chính quyền các cấp tích cực áp dụng những biện pháp hữu hiệu.

各级政府积极采取有效的措施。

Đây là khu bảo tồn thiên nhiên cấp quốc gia.

这是国家级自然保护区。

（3）拨给。

例：Dự án này được chính phủ cấp tiền.

这个项目得到了政府拨款。

Thống nhất do cấp trên cấp tiền.

统一由上级拨款。

（4）紧急。

例：Đây là một việc cấp lắm.

这是一件很急的事情。

Việc này rất cấp, phải giải quyết luôn.

这事很急，得马上解决。

2. tuyệt vời   形容赞美的程度无可比拟。

例：Phong cảnh Quế Lâm đẹp tuyệt vời!

桂林风光无与伦比！

Bác Ninh là một người tuyệt vời!

宁伯伯是一个大好人！

3. 中国和越南的时间相差一个小时。因为北京位于东八区，河内位于东七区，所以中国的时间比越南的时间快一个小时。

4. 越南胡志明市宾馆标准。

普通：20~80美金/房·天。三星：80~120美金/房·天。四星：140~200美金/房·天。五星：200~360美金/房·天。

以上价格仅供参考。

补充词汇：

hướng dẫn viên 导游		bản đồ 地图
di tích 遗迹	công viên 公园	hang động 山洞
đảo 岛	cầu 桥	hồ 湖
biển 海	thung lũng 山谷	sông 河流；江
suối 溪流	thác nước 瀑布	núi non bộ 假山
bảo tàng 博物馆	bảo tàng thiên nhiên	自然博物馆
vườn bách thú 动物园		miếu 庙
chùa 寺院	thủy tạ 水榭	đình 亭
tháp 塔	lăng 陵墓	cung điện 宫殿
nhà thờ 教堂	khu tham quan 风景区	

cảnh sắc 景色　　　nơi nghỉ mát 避暑地　　kỳ tích 奇迹

truyền thuyết 传说　　xe điện du lịch 游览车

bản đồ du lịch 游览图　　　　　　　　　giới thiệu 解说

vợ con 家眷　　　đoàn du lịch 旅行团　　nghỉ mát 度假

phim 底片　　　hiệu chụp ảnh 照相馆

cấm 禁止　　　quay phim 摄影　　　　cuộn 卷

tráng phim 洗胶卷　　rửa ảnh 洗照片　　ăn ảnh 上镜

lấy cảnh 取景　　　di sản văn hóa thế giới 世界文化遗产

giá trọn gói 套票　　du lịch tuần trăng mật 蜜月旅游

du lịch sinh thái 生态旅游　　　　　　đặc sản 特产

khách sạn ba sao 三星级宾馆

Tập luyện các kiểu câu sau 句型拓展练习

1. Quế Lâm có nơi nào thú vị không?

   Có rất nhiều, ví dụ như…

2. Hành trình tham quan Quế Lâm như thế nào?

   Chúng tôi …

3. Đi du lịch Việt Nam có thể mua gì về làm quà?

   Chị có thể mua…

4. Sau khi sang Việt Nam, chị đã đi du lịch những đâu?

   Tôi đã đi du lịch…

5. cấp

Tập nói theo chủ đề 对话拓展

1. 以去越南旅游为主题，设计一段游客与导游的对话，要求不少于300字。

2. 以导游的身份向游客推介桂林。

Thường thức 常识

　　目前从广西到越南的重要陆路通道是友谊关和东兴口岸。

　　友谊关位于广西凭祥市西南端，距凭祥市区18公里，是通往越南的重要陆路通道和国家一类口岸，322国道终端穿过友谊关拱城门，与越南公路相接。友谊关公路口岸坐落在广西凭祥市最南端，与越南高禄县同登镇相距5公里，距越南谅山和首都河内市分别为18公里和170公里。

　　东兴口岸距广西首府南宁市170公里，距越南广宁省首府下龙市180公里，距越南首都河内市308公里，是国家一类口岸。

　　赴越南签证费用：一个月一次出入境有效的越南旅游签证费用人民币约430元/本，六个月多次往返越南的商务签证费用为人民币约1100元/本。

　　越南在广西南宁市的领事馆地址是：南宁市民族大道109号投资大厦1楼。电话：0086-0771-5510562。传真：0086-0771-5534738。

　　赴越南旅游常用电话号码如下：

　　中国驻越南大使馆（河内市黄耀街46号）使馆总机：0084-4-8453736。领事部电话：0084-4-8235569。

　　中国驻胡志明市总领事馆（胡志明市阮氏明开路39号）总领事馆电话：0084-8-8292457。领事部电话：0084-8-8292459。

　　越南旅游总局电话：0084-4-8257080。

　　河内市旅游局电话：0084-4-8252937。

　　胡志明市旅游局电话：0084-8-8298914。

　　越南公安部出入境管理局电话：0084-4-8264026。

Bài thứ 11   Thể dục thể thao
第十一课   运动

Chủ nhật tới anh muốn đi xem thi đấu bóng đá không?

下星期天你想去看足球赛吗？

Đương nhiên, tôi làm sao mà chịu bỏ qua!

当然，我怎么能错过呢！

Lâu rồi không đánh có vẻ ngượng tay.

长时间不打了，手有些硬。

Luyện vài quả là ổn thôi mà.

多练习几个就上手了。

Ấy có thích học nhảy không? Nếu thích thì 2 đứa bọn mình đăng ký đi học một lớp đi.

你喜欢学跳舞吗？如果喜欢我们一起去报名学啊。

Ừ, nhảy vừa là giải trí vừa là vận động, tốt cho sức khỏe.

好啊，跳舞既是一种娱乐，又是一项锻炼身体的好运动。

Những câu cơ bản **基本句型**

1. Tôi muốn đặt trước sân cầu lông vào tối ngày thứ năm tới, có được không?

我想预订下周四晚上的羽毛球场，可以吗？

Tám giờ có sân trống, có được không?

8点有空场，你看行吗？

Được, hay quá.

行，太好了。

2. Anh có phải là hội viên không?

你是会员吗？

Vâng, đây là thẻ hội viên của tôi.

是，这是我的会员证。

3. Ngày hội thể thao chắc vui lắm nhỉ?

运动会那天你一定很开心吧？

Vui lắm!

开心极了！

4. Có những môn thi đấu gì?

有什么比赛项目？

Buổi sáng: các môn điền kinh như chạy cự ly 100 mét, 200 mét, nhảy cao, nhảy xa v.v. Buổi chiều: các môn bóng như bóng rổ, bóng chuyền, cầu lông, bóng đá v.v.

上午是田径项目，如100米跑、200米跑、跳高、跳远等，下午是球类项目，如篮球、排球、羽毛球和足球等。

5. Đội ta có được huy chương nào không?

我们队获得什么奖牌了吗？

Có chứ! Huy chương vàng bóng đá nam, huy chương bạc nhảy xa nữ và huy chương đồng chạy 200m nam.

得了！男足金牌、女子跳远银牌和男子200米跑铜牌。

Đàm thoại theo tình huống 情景对话

Hội thoại I　Đá bóng
会话1　　　踢足球

A : Anh Long, anh đi đâu mà sớm thế?

甲：龙哥，这么早你去哪儿呀？

B : Sáng nay anh phải đi họp.

乙：今天早上我要去开会。

A : Nhớ chiều nay hết giờ làm, đi đá bóng với anh em trong phòng nhé!

甲：下午下班后记得和我们办公室的几个哥儿们去踢球。

B : Ừ, chắc anh họp chỉ trưa là về cơ quan thôi.

乙：好呀，我开完会中午就能回来。

A : Hôm kia, thằng Minh phòng kỹ thuật lại hẹn anh em phòng mình đá giao hữu với anh em phòng nó một trận đấy.

甲：前天，技术处的阿明又约我们跟他们部门再踢一场友谊赛。

B : Bọn đấy đá khoai lắm, lần trước mình bị thua mấy quả.

乙：他们踢得不错，上次我们输了几个球。

A : Lần trước đội mình thua vì đuối quá. Có mấy thằng chủ lực thì đi công tác hết. Nhưng lần này chắc không vấn đề gì đâu.

甲：上次我们队太差劲。几个主力队员全出差了，所以输了。但这次应该没有什么问题。

B : Ừ, mày thông báo cho bọn nó chiều thứ 6 tuần này đá luôn đi, đội nào thua thì mất 1 chầu bia như lần trước.

乙：嗯，你通知他们这周星期五下午吧，跟上次一样，谁输了谁请喝啤酒。

A : Vâng, đá ở Đại học Thủy Lợi được không?

甲：好的，在水利大学的球场踢，好吗？

B：Ừ.

乙：没问题。

A：À, tối hôm qua anh có xem trận bán kết Việt Nam và Thái Lan ở cúp Tiger không?

甲：对了，昨晚看球赛了吗，老虎杯半决赛——越南对泰国？

B：Có, đội mình đá chán quá, thua 3 quả liền, thật là khó tin.

乙：看啦，我们国家队踢得不好，连输三个球，简直难以置信。

A：Vâng, tối mai là trận chung kết giữa Thái Lan và Singapo, anh em mình đi quán cà phê bóng đá trên đường Điện Biên Phủ xem cho khí thế đi.

甲：明晚是泰国和新加坡的决赛，我们去奠边府街上的咖啡厅看吧。

B：Đương nhiên, anh làm sao mà chịu bỏ qua!

乙：当然，我怎么能错过呢！

A：Hay quá, hôm qua em xem ở nhà có một mình chán quá, đội mình lại thua mới bực.

甲：太好了！昨晚一个人在家看无聊极了，输了还恼火！

B：Thế 6 giờ 30 tối mai em nhớ nhé, nhất định là một trận đấu căng thẳng.

乙：明晚6点半，一定会是一场激烈的比赛。

A：Anh nói đúng, hẹn gặp vào lúc đó!

甲：你说得对，到时候见！

Hội thoại II   Đánh ten - nit (tennis)
会话2   打网球

A : Cậu dạo này lặn đi đâu mà chẳng thấy tăm hơi đâu cả.

甲：最近你跑哪儿去了？老看不到你。

B : Công ty tôi có cái dự án ở Nam Định nên dạo này đi công tác dưới đấy suốt.

乙：我们公司有个项目在南定，所以最近总去那里出差。

A : Tối nay cậu có rỗi không? Mình đi đánh tennis đi.

甲：今晚你有空吗？我们去打网球。

B : Ừ, mấy tuần nay chẳng tập luyện gì cả.

乙：好，有几周没有锻炼了。

A : Đánh ở sân Vạn Phúc thế nào?

甲：去万福网球场打好吗？

B : Ừ, cậu nhớ mang giầy tennis.

乙：好的，你记得带网球鞋。

A : Chị ơi, bọn em có đặt trước sân tennis vào lúc 9h30, cho bọn em thuê sân A 2 tiếng.

甲：服务员，我们九点半预订了网球场，租A场两个小时。

C : Sân đấy có người thuê rồi, sau 21 giờ mới có sân.

丙：那个场有人租了，21点后才能用那个场。

A : Thế còn sân nào không ạ?

甲：那还有哪个网球场呢？

C : Còn sân E được không?

丙：还有E场。

A : Cũng được, cho bọn em thuê sân đấy đi.

甲：也可以，那我们就租那个。

C：50 nghìn một tiếng, của em hết 100 nghìn.

丙：5万一个小时，一共是10万。

A：Vâng, cho em gửi.

甲：好的，这是租金。

B：Cậu phát bóng trước đi.

乙：你先发球吧！

A：Ừ, mình luyện vài quả trước đã.

甲：好，不过先练习几个球。

B：Cũng được, lâu rồi không đánh có vẻ ngượng tay.

乙：也对，长时间不打了，手有些硬。

A：Luyện vài quả là ổn thôi mà.

甲：那就多练习几个好了。

B：Tôi thì thích đánh tennis. Còn anh em dưới Nam Định họ chiều nào
cũng đi đá bóng nên chẳng có ai đánh cùng.

乙：我喜欢打网球，而南定那边的朋友每天下午都去踢足球，所以
没有人跟我一起打。

A：Khi nào thích đánh thì ới cho tôi, tôi rỗi thì đi đánh cùng cậu, dạo
này tôi không bận lắm.

甲：什么时候想打了就叫我，只要我有空就陪你一起打，我最近不
是很忙。

B：Ừ, lâu rồi không đánh, hôm nay đánh đã quá, mình đánh thêm một
lúc đi.

乙：嗯，长时间不打了，今天可要过把瘾，我们多打一会儿吧！

A：OK!

甲：好的。

Hội thoại III   Học nhảy
会话3   学跳舞

A : Thứ 7 tuần tới trường mình tổ chức dạ hội, bọn mình rủ thêm mấy đứa nữa đi dự cho vui đi.

甲：下周六我们学校举行晚会，我们再约几个同学一起参加吧。

B : Ừ, buổi dạ hội lần trước có nhiều tiết mục hay nhỉ, nhất là tiết mục nhảy tăng-gô. Nhiều đôi nhảy đẹp thật.

乙：好的，上次晚会有很多精彩的节目，尤其是探戈舞表演，真好看。

A : Bây giờ đang có phong trào học nhảy, nhiều sinh viên đi học lắm, nghe nói trường mình cũng mở lớp dạy học nhảy.

甲：现在正在流行学跳舞，很多大学生都去学，听说我们学校也有教跳舞的辅导班。

B : Ấy có thích học nhảy không? Nếu thích thì 2 đứa bọn mình đăng ký đi học một lớp đi.

乙：你喜欢学跳舞吗？如果喜欢我们一起去报名学啊。

A : Ừ, nhảy vừa là giải trí vừa là vận động, tốt cho sức khỏe.

甲：好啊，跳舞既是一种娱乐，又是一项锻炼身体的好运动。

B : Thế bọn mình đăng ký học ở đâu bây giờ?

乙：那么现在我们去哪儿报名学跳舞呢？

A : Học ở Cung văn hóa Hữu nghị Việt-Xô đi, ở đấy tối nào cũng có lớp, lại gần nhà bọn mình.

甲：去越－苏友谊文化宫吧，我看那里每天都有班，离我们家又近。

B : Định học vào buổi nào?

乙：打算哪天学呢？

A : Học vào thứ 5 và thứ 7 đi, vì các buổi khác tớ phải đi học thêm tiếng Anh.

甲：星期四和星期六吧，因为其他时间我要去学英文。

B : Ừ, thế cũng được, thế có phải tìm bạn nhảy cùng không nhỉ?

乙：嗯，那也可以，要不要找个舞伴呀？

A : Có thì càng tốt, nếu không đến đấy tìm cũng được. Ở đấy đầy người.

甲：有一个更好，要不到那儿再找也成，那里有很多人。

B : Hay tớ rủ thằng Khoa và thằng Minh lớp mình cùng đi học làm bạn nhảy của bọn mình luôn.

乙：还是我叫我们班的阿科和阿明一起去学，这样我们就有舞伴了。

A : Hai thằng đấy bôn lắm, chẳng biết chúng nó có thích đi không, chắc chẳng đi đâu.

甲：他们俩很老土，不知道是否感兴趣，估计没戏。

B : Để lát nữa về nhà tớ gọi điện cho bọn nó xem sao.

乙：一会儿回家我给他们打电话。

A : Ừ, không biết học một khóa hết bao nhiêu lâu nhỉ?

甲：不知道一个班要学多长时间呢？

B : Chắc khoảng 2 tháng, học 8 điệu thì phải, hôm nào bọn mình đi đăng ký học thì hỏi cụ thể xem sao.

乙：大概两个月吧，好像要学8种舞，我们去报名那天再详细问问。

A : Ừ, học xong rồi nếu nhảy lên chân một chút thì có thời gian thỉnh thoảng lên sàn luyện thêm. Chứ mọi khi lúc lên sàn, mình chẳng biết nhảy, chỉ nhìn bọn nó nhảy cũng thấy ngứa chân.

甲：嗯，学完了就可以过把脚瘾了。什么时候有空我们再去舞场练练，以前去舞场的时候不会跳舞，光看他们跳我都觉得脚发痒。

词汇表

1. thi đấu 体育比赛
2. bóng đá 足球
3. đương nhiên 当然；诚然
4. bỏ qua 错过；放过
5. đánh 打（球）
6. vẻ 态度；样子
7. ngượng tay 手生
8. luyện 练习
9. quả 个；只
10. đặt trước 预订
11. sân 运动场；操场
12. cầu lông 羽毛球
13. trống 空的
14. hội viên 会员
15. thẻ 卡；证件
16. hội thể thao 运动会
17. môn 项目
18. điền kinh 田径
19. chạy 跑
20. mét 米
21. nhảy cao 跳高
22. nhảy xa 跳远
23. bơi 游泳
24. bóng rổ 篮球
25. bóng chuyền 排球
26. đội 队
27. huy chương 奖牌
28. huy chương vàng 金牌
29. huy chương bạc 银牌
30. huy chương đồng 铜牌
31. sở 所；局（中央局一级的行政机构）
32. thương mại 对外贸易
33. giờ làm 工作时间
34. phòng 部门
35. ừ 唔；嗯（表示允诺或承认）
36. cơ quan 机构
37. thằng 仔；崽；家伙（对小孩子或同辈的昵称）；个（指人，卑称）
38. kỹ thuật 技术
39. hẹn 约
40. giao hữu 友谊性的
41. nó 他，她（卑称或好朋友间的称呼）
42. trận （量词）一场；一阵
43. bọn 一群；一帮
44. khoai 体育隐语，指技术过硬、非常厉害
45. thua 输；败；失利
46. lần trước 上次
47. đuối 差劲
48. chủ lực 主力
49. công tác 出差
50. hết 全部
51. mất 花费；消耗
52. châu 顿
53. Đại học Thủy Lợi 水利大学

54. bán kết　半决赛

55. chán　乏味；没趣

56. liền　接连

57. khó tin　难以置信

58. chung kết　决赛

59. quán cà phê　咖啡厅

60. Điện Biên Phủ　奠边府

61. khí thế　气势

62. bực　恼火；生气

63. nhất định　一定

64. trận đấu　比赛

65. căng thẳng　激烈

66. tennis　网球

67. lặn　消退；消失

68. tăm hơi　踪影；声息

69. dự án　项目

70. suốt　全部的；整个的，所有的

71. tập luyện　锻炼

72. Vạn Phúc　万福

73. thuê　租

74. gửi　付（钱）

75. phát bóng　发球

76. ổn thôi　可以了

77. ới　叫，喊

78. nhảy　跳舞

79. dạ hội　晚会

80. rủ　约

81. tăng-gô　探戈舞

82. phong trào　风潮；运动

83. nghe nói　听说

84. ấy　你（好朋友直接的称呼）

85. đứa　个（对同辈或小孩的称呼）

86. bọn mình　我们

87. đăng ký　报名；登记

88. giải trí　娱乐

89. vận động　运动；锻炼

90. Cung văn hóa Hữu nghị Việt-Xô　越一苏友谊文化宫

91. tớ　我（好朋友间的称呼）

92. bạn nhảy　舞伴

93. bôn　土气

94. khóa　次；届

95. điệu　舞种

96. cụ thể　具体；详细

97. mọi khi...　……的时候

98. ngứa　痒；发痒

Hướng dẫn　注释

1. khoai　原义是"薯类的总称"，在课文里是体育隐语，指技术过硬、非常厉害的意思。

2. chắc không vấn đề gì đâu　加强肯定语气，指一点问题都没有。

3. nếu không … cũng được　"如果不…… 也可以"的意思。

例：Nếu không đi cũng được.

如果不去也行。

Nếu không làm cũng được.

不做也行。

4. chẳng … gì cả　加强否定语气。

例：Chẳng thấy được gì cả.

一点都看不见。

Chẳng mua được gì cả.

什么都买不到。

5. …là ổn thôi mà　常用于口语，是"熟练、上手"的意思。

6. khí thế　原意是"气势"，在课文里是"有热闹气氛"的意思。

7. bôn lắm　原意是"奔走"，在课文里是"守旧、老土"的意思。

8. thấy ngứa chân　原意是"脚发痒"，意思是迫不及待地想做某事。

9. ới　相当于"叫、告诉"，主要用于日常口语。

例：Đến giờ ăn cơm thì ới cho một tiếng nhé.

到开饭时间就叫一声哦。

Có việc thì cứ ới một tiếng.

有事就尽管说一声啊。

10. 体育比赛的几个阶段：

đấu tuyển 选拔赛	đấu luân lưu 循环赛
đấu loại 淘汰赛	trận tứ kết 四分之一决赛
trận bán kết 半决赛	trận chung kết 决赛

补充词汇:

thế vận hội Olympic   奥林匹克运动会

sân thi đấu   比赛场地   lễ khai mạc   开幕式

Giải vô địch thế giới   世界锦标赛

cúp   奖杯   bảo vệ chức vô địch   卫冕冠军

giải vô địch đồng đội   团体冠军   phá kỷ lục   破纪录

cổ động viên   啦啦队   đấu loại   初赛

đấu bán kết   半决赛   đấu chung kết   决赛

đấu/giải đồng đội   团体赛   đánh đơn   单打

đánh đôi   双打   xà đơn   单杠   xà kép   双杠

xà lệch   高低杠   vòng treo   吊环   đội trưởng   领队

thủ quân   队长   được điểm   得分   lỗi   犯规

tổng trọng tài   总裁判

trọng tài chính   主裁判   tiền đạo   前锋

trung phong   中锋   bóng chày   棒球   bóng gậy   垒球

bóng ném   手球   bóng nước   水球   bóng bàn   乒乓球

gôn   高尔夫球   bắn súng   射击   cử tạ   举重

nhảy dù   跳伞   trượt băng   滑冰   võ thuật   武术

bắn cung   射箭   nhảy cầu   跳水   đấu kiếm   击剑

vật   摔跤   vượt rào   跨栏   đi bộ   竞走

vận động viên chạy cự ly ngắn   短跑运动员

thực lực ngang ngửa   实力相当   thủ thành   守门员

sút   射门

Tập luyện các kiểu câu sau   句型拓展练习

1. ...chắc không vấn đề gì đâu

2. nếu không ... cũng được

3. chẳng ... gì cả

4. ...là ổn thôi mà

5. thấy ngứa chân

Tập nói theo chủ đề　对话拓展

1. 以周末打算去打羽毛球为主题，设计和朋友的对话，要求不少于300字。

2. 介绍学校举办运动会的情况。

Thường thức 常识

越南人最喜欢的体育运动非足球莫属，越南国家足球队在东南亚运动会上曾经取得过好成绩。越南电视台经常现场直播或转播英超、欧洲杯足球赛、足联赛的比赛。此外，网球、羽毛球和跳舞、健身等运动项目也越来越受到越南人特别是年轻人的喜爱，周末去运动成了一种休闲时尚。

如今越来越多的越南人注意锻炼身体了，河内还剑湖周围是人们早晚锻炼身体的最佳场所。很多高等院校校园内都建有足球场、网球场和游泳池。

在胡志明市，体育场所比较多的地方有阮惠街，那儿有五六个足球场；工人俱乐部有游泳池和11个网球场；西贡水上饭店、皇宫饭店和雷克斯饭店内均设有游泳池、网球场和健身房。西贡河上有滑水运动，周末还可以去富寿跑马场看赛马。每当华灯初上，各式各样的舞厅、歌厅里就挤满了喜欢唱歌跳舞的年轻人。

Bài thứ 12　　Hội chợ triển lãm
第十二课　　会展

Chúng tôi rất mong được tham dự hội chợ lần này.

我们希望能参加这次博览会。

Tham gia kỳ hội chợ này có những nước nào?

参加这次博览会的都有哪些国家?

Các bạn cần bao nhiêu diện tích triển lãm.

你们需要多少展出面积?

Những sản phẩm tham gia hội chợ kỳ này đều là những sản phẩm mới nhất.

这次参展的产品都是最新产品。

Hội chợ triển lãm lần này đã tạo cơ hội tốt cho các doanh nghiệp trong và ngoài nước gặp gỡ, trao đổi thông tin, tiếp thị sản phẩm, tìm kiếm đối tác làm ăn.

本次博览会给国内外客商提供了见面、交流信息、了解产品、寻找合作伙伴的好机会。

Những câu cơ bản　基本句型

1. Xin chào bà, mời bà vào xem gian hàng của chúng tôi.

   您好，欢迎光临我们的展台。

2. Xin hỏi, ở đây chủ yếu kinh doanh mặt hàng gì?

   请问这里主要经营什么商品?

   Chúng tôi chủ yếu kinh doanh hàng dệt len, quần áo, vải vóc...

Mời bà xem thử loại vải này.

我们主要经营毛纺织品、服装和布匹，等等。请您看看这种布。

3. Đẹp quá nhỉ. Loại vải hoa này có thể tiêu thụ được ở nước chúng tôi.

非常漂亮！这种布在我们国家也有销路。

4. Đây là mặt hàng sốt, hàng năm đều được xuất khẩu với khối lượng lớn.

这是热门货，每年都大批出口。

5. Lẽ ra các ông nên sắp xếp các mặt hàng cho hấp dẫn hơn. Bày như gian bên kia kìa, ai chẳng thích?

你们应该把商品摆得更吸引人些，你看旁边的展台，谁不喜欢啊。

Cám ơn bà, bà đúng là người trong nghề.

谢谢您，您真是个行家。

6. Trong hội chợ triển lãm lần này, giao dịch làm ăn có sôi nổi không?

在这次博览会上，交易活跃吗？

Sôi nổi vô cùng. Các nước đều có thể phát huy đầy đủ ưu thế địa lý, văn hóa của mình, bày ra những đặc sản nổi tiếng, có chất lượng tốt, độc đáo của nước mình.

非常活跃。各国都能充分发挥自己的地理、文化优势，展出当地独特的名、特、优产品。

7. Các bạn cần bao nhiêu diện tích triển lãm.

你们需要多少展出面积？

20 mét vuông.

20平方米。

Đàm thoại theo tình huống 情景对话

Hội thoại I   Hội chợ triển lãm Trung Quốc-ASEAN
会话1   中国—东盟博览会

A : Anh có biết Hội chợ Trung Quốc-ASEAN được tổ chức ở đâu không?

甲：你知道中国—东盟博览会在哪儿举行吗？

B : Có, thành phố Nam Ninh là nơi tổ chức Hội chợ Trung Quốc-ASEAN hàng năm, đến nay đã tổ chức thành công 4 lần.

乙：知道。南宁是中国—东盟博览会的永久举办地，目前已成功举办了四届。

A : Vâng, Hội chợ Trung Quốc-ASEAN không những là mặt bằng giao lưu hợp tác giữa Trung Quốc với ASEAN, mà còn là mặt bằng giao lưu và hợp tác giữa Trung Quốc, các nước ASEAN với các nước trên thế giới.

甲：是的，中国—东盟博览会不仅是中国与东盟之间交流合作的平台，同时也是中国、东盟各国与世界其他各国交流合作的平台。

B : Trong Hội chợ lần này, các nước và khu vực ASEAN sử dụng 1000 ki-ốt, chiếm ngót 1/3 tổng số ki-ốt.

乙：在本届博览会上，东盟及其他国家（地区）展位1000个，占总展位数的近三分之一。

A : Vậy tham gia kỳ hội chợ này có những nước nào?

甲：那么参加这次博览会的都有哪些国家？

B : Có hơn 20 nước như Việt Nam, Thái Lan, Lào, Ma-lai-xi-a, In-đô-nê-xi-a v. v.

乙：有越南、泰国、老挝、马来西亚和印度尼西亚等20多个国家。

A：Nghe nói sảnh trưng bày độc lập của Ma-lai-xi-a, Việt Nam tập trung
trưng bày sản phẩm thế mạnh của nước mình.

甲：听说马来西亚、越南还分别包用独立展厅集中展示本国优势产
品呢。

B：Hội chợ triển lãm lần này đã tạo cơ hội tốt cho các doanh nghiệp
trong và ngoài nước gặp gỡ, trao đổi thông tin, tiếp thị sản phẩm, tìm
kiếm đối tác làm ăn.

乙：本次博览会给国内外客商提供了见面、交流信息、了解产品、
寻找合作伙伴的好机会。

A：Vậy chúng ta cùng đi tham quan đi.

甲：那我们一起去参观吧。

Hội thoại II   Tham quan Trung tâm Triển lãm Quốc tế Nam Ninh
会话2   参观南宁国际会展中心

A：Trung Quốc năm xưa có câu: "Có bạn bè từ xa đến thăm, vui mừng
khôn xiết". Chúng tôi hoan nghênh bạn đến Nam Ninh.

甲：中国有句老话："有朋自远方来，不亦乐乎！"欢迎您到南宁
来。

B：Lần này đến thành phố Nam Ninh, tận mắt nhìn thấy công cuộc xây
dựng kinh tế của Nam Ninh giành được nhiều thành tựu to lớn. Thật
là tuyệt vời!

乙：这次来南宁，亲眼看到南宁的经济建设取得了很大成就，真了
不起！

A : Hoan nghênh bạn đến tham quan Trung tâm Triển lãm Quốc tế Nam
Ninh.

甲：欢迎您前来参观南宁国际会展中心。

B : Ở đây náo nhiệt quá!

乙：这里好热闹哦！

B : Xin hỏi khu trưng bày của Việt Nam ở đâu?

乙：请问越南展区在哪儿？

A : Cứ đi thẳng 100 mét, rồi rẽ sang bên trái là đến.

甲：一直往前走100米，然后左拐就到了。

B : Nghe nói khu trưng bày của Ma-lai-xi-a cũng ở đó?

乙：听说马来西亚展区也在那儿。

A : Đúng vậy, ở cạnh khu trưng bày của Việt Nam. Ông muốn xem khu
trưng bày nào?

甲：是的，在越南展区的旁边。您对哪个展区感兴趣？

B : Tôi định xem khu trưng bày của Việt Nam đã.

乙：我打算先看看越南展区。

A : Ở khu trưng bày của Việt Nam, hàng thổ đặc sản và hàng thủ công
mỹ nghệ khá nhiều.

甲：在越南展区，土特产品和工艺品比较多。

B : Thế à? Tôi đến chuyến này là định mua một số hàng thổ đặc sản Việt
Nam.

乙：是吗？我这次来，就是想买一些越南土特产品。

A : Thế chúng ta đi đến khu trưng bày của Việt Nam đi.

甲：那我们去越南展区看看吧。

Hội thoại III   Bàn bạc
会话3   洽谈

A：Ông muốn xem những gì?

甲：您想看些什么?

B：Tôi muốn xem triển lãm đồ gỗ, vì tôi rất thích đồ gỗ. Không biết khu trưng bày nào có loại sản phẩm này?

乙：我想看木器展览，因为我对木器很感兴趣，不知哪家展区有这类产品?

A：Hội chợ kỳ này có hai gian hàng trưng bày đồ gỗ：Trung Quốc và Việt Nam.

甲：在本届博览会上，展销木器的有中国和越南两家。

B：Thế thì chúng ta đi đến khu trưng bày của Việt Nam trước.

乙：那我们先去越南展区。

A：Được, để tôi dẫn đường cho ông. Xin đi về phía bên phải, phía tây chính là khu trưng bày của Việt Nam.

甲：可以。让我给您带路。请往右边走，西边就是越南展区。

B：Cám ơn. （Đi vào khu trưng bày của Việt Nam）Chà, đồ gỗ ở đây đẹp tuyệt!

乙：谢谢。（走进越南展区）哇，这里的木器真漂亮!

A：Phải, tôi cũng rất thích, những đồ gỗ này rất nổi tiếng ở nước ngoài.

甲：是的。我也很喜欢。越南的木器在国外很有影响。

C：Những đồ gỗ tham gia hội chợ kỳ này đều là những sản phẩm mới nhất của Việt Nam.

丙：这次参展的木器都是越南最新产品。

B：Tôi thấy tuyệt. Có thể cho tôi một bảng giá kèm theo quy cách được không? Tôi mang về nghiên cứu kỹ hơn một chút.

乙：我觉得不错，可以给我一份附有规格的价格表吗？我带回去好

好研究一下。

C：Được, nếu có vấn đề gì, xin ông liên lạc ngay với tôi.

丙：好的，如果有什么问题请您及时和我联系。

B：Mong rằng chúng ta có thể hợp tác thành công.

乙：希望我们的合作能够成功。

词汇表

1. hội chợ　博览会	2. triển lãm　展览
3. kỳ　期；届	4. gian hàng　摊位；展台
5. kinh doanh　经营	6. hàng dệt len　毛纺织品
7. vải vóc　布匹；布的统称	8. tiêu thụ　销售
9. mặt hàng sốt　热门货；热销货	
10. khối lượng lớn　大批；大量；大宗	
11. lẽ ra　理应；本来；按说	12. sắp xếp　安置；布局
13. mặt hàng　货物	14. hấp dẫn　醒目；引人注目
15. bày　摆；陈列；布置	16. gian　间
17. giao dịch　交易	18. sôi nổi　活跃
19. vô cùng　很；十分；非常	20. phát huy　发挥；发扬
21. ưu thế　优势	22. địa lý　地理
23. đặc sản　特产	24. độc đáo　独到；独特
25. địa phương　地方	
26. Hội chợ Trung Quốc-ASEAN　中国－东盟博览会	
27. mặt bằng　平台	28. giao lưu　交流
29. hợp tác　合作	30. khu vực　区域；地区
31. sử dụng　使用	32. ki-ốt　展位
33. tổng số　总数；总量	34. Lào　老挝
35. Ma-lai-xi-a　马来西亚	36. In-đô-nê-xi-a　印度尼西亚
37. sảnh trưng bày　展厅	38. độc lập　独立

39. tập trung　集中
40. thế mạnh　优势
41. tạo　造；制造；创造
42. cơ hội　机会
43. gặp gỡ　见面；会晤
44. trao đổi　交换；交流
45. thông tin　信息；消息
46. tiếp thị　推销
47. tìm kiếm　寻找；查找；谋求
48. đối tác làm ăn　生意伙伴；合作伙伴
49. khôn xiết　不胜
50. hoan nghênh　欢迎
51. tận mắt　亲眼
52. giành được　取得；获得
53. thành tựu　成就；成绩
54. to lớn　巨大的；丰硕的
55. náo nhiệt　热闹；热火
56. khu trưng bày　展区
57. thích thú　感兴趣；喜欢
58. hàng thổ đặc sản　土特产品
59. hàng thủ công mỹ nghệ　工艺品
60. đồ gỗ　木器
61. dẫn đường　带路；领路；引导
62. chính là　就是；即
63. chà　叹词，表示惊讶或赞叹
64. tuyệt　极好
65. bảng giá　价格表
66. kèm theo　附加；附带
67. quy cách　规格
68. nghiên cứu　研究
69. hợp tác　合作
70. thành công　成功

▌▌ Hướng dẫn　注释 ▌▌

1. lẽ ra　表示"理应、本来、按说"的意思。

例：Lẽ ra anh ấy không nên phiền người ta.

　　按说他不该麻烦人家。

　　Lẽ ra chị nên đến dự hội nghị lần này.

　　你本来应该参加这次会议的。

2. kia kìa　指方位，那边（比较远的地方）。

例：Từ điển ở kia kìa.

　　词典在那边。

3. ai chẳng thích　强调都喜欢。

例：Chiếc mũ này vừa đẹp vừa rẻ ai chẳng thích?

　　这帽子物美价廉，谁不喜欢呢？

　　Thành phố này vừa đẹp vừa gần biển, ai chẳng thích?

　　这城市既漂亮又靠近大海，谁不喜欢呢？

4. chà　叹词，表示惊讶或赞叹。

例：Chà, áo của chị đẹp thật!

　　哇，你的衣服真漂亮！

　　Chà, phòng này trang trí đẹp thật!

　　哇，这房子装修真漂亮！

补充词汇:

hàng mẫu　样品	giao dịch　交易	đặc sắc　特色
hoa văn　图案	màu sắc　色彩	truyền thống 传统
danh mục, mục lục　目录		liên hệ　联系
kịp thời　及时	diện tích　面积	thu hút　吸引
khu triển lãm　展区	giao lưu　交流	mời mọc　聘请
phiên dịch　翻译	chi trả　支付	
phiếu báo danh, phiếu đăng ký　报名表		ghi/ điền vào　填写
vào hải quan　入关	xét duyệt　审批	sự việc liên quan　事项
Bộ Thương mại　商务部		dịch nói　口译
dịch viết　笔译	chuyên gia　专家	giấy mời　邀请函
hàng trưng bày　展品	thiết bị máy móc　机器设备	
chuyển giao công nghệ　技术转让		
sử dụng miễn phí　免费试用		cho thuê　出租
tình nguyện viên　志愿者		ban thư ký　秘书处
kim ngạch giao dịch　交易金额；成交额		

Tập luyện các kiểu câu 句型拓展练习

1. Xin hỏi, ở đây chủ yếu kinh doanh mặt hàng gì?

   Chúng tôi chủ yếu kinh doanh …

2. Tham gia kỳ hội chợ này có những nước nào?

   Có hơn 20 nước như …

3. lẽ ra

4. ai chẳng thích

Tập nói theo chủ đề 对话拓展

1. 以参观南宁国际会展中心为主题，设计一段顾客与销售人员的对话，要求不少于300字。

2. 向游客介绍中国—东盟博览会。

Thường thức 常识

中国—东盟博览会是由中国国务院总理温家宝倡议，由中国和东盟10国经贸主管部门及东盟秘书处共同主办，广西壮族自治区人民政府承办的国家级、国际性经贸交流盛会，每年在广西南宁举办。博览会以"促进中国—东盟自由贸易区建设、共享合作与发展机遇"为宗旨，涵盖商品贸易、投资合作和服务贸易三大内容，是中国与东盟扩大商贸合作的新平台。

截至目前，中国—东盟博览会已成功举办四届，为推动中国与东盟经贸关系的发展发挥了重要作用。

一年一度的中国—东盟博览会等商贸文化交流活动拉近了广西与东盟国家的距离，创造了共赢的发展机遇。

　　为了打造一个具有东南亚风情和特色的、永不落幕的中国—东盟博览会，广西在南宁设立了中国—东盟国际商务区，旨在推动中国与东盟各国以及日本、韩国和中国港澳地区的经贸往来，拓展合作领域。还在南宁建立东盟各国联络部（办事处）基地园区，使广西和南宁有很好的机会为东盟商务机构提供商务、办公、生活服务，也可以为双方的合作和交流建立一个新的平台。

Bài thứ 13   Hợp đồng
第十三课   合同

Chúng tôi thảo xong một bản hợp đồng.

我们草拟了一份合同。

Tôi đã xem xét kỹ càng rồi.

我已仔细审核过了。

Hợp đồng khi đã ký tên thì được coi là đã xác lập, đồng thời có hiệu lực pháp luật.

合同一经签字，便立即视为确立并具有法律效力。

Đề nghị viết bằng hai thứ tiếng Trung Việt, thành 4 bản giống nhau, mỗi bên giữ hai bản. Hai loại văn bản có hiệu lực như nhau.

建议用中越两国文字写成，一式四份，每方各持两份。两种文本具有同等效力。

Đối với điều khoản phụ của bản hợp đồng , các ông còn có ý kiến sửa đổi gì không?

你们对附加条件还有什么修改意见吗？

Hôm nay có thể ký kết được rồi.

今天就可以签字了。

Những câu cơ bản 基本句型

1. Lúc nào thì chúng tôi nhận được hợp đồng?

我们什么时候可以拿到合同？

Ngày mai có thể chuẩn bị xong hợp đồng.

明天就可以把合同准备好。

2. Đây là hợp đồng bên tôi làm, đề nghị ông xem kỹ một chút.

这是我方做好的合同，请您再仔细看看。

3. Chúng ta phải có nhận thức chung về tất cả mọi điều khoản.

我们应该对合同的所有条款有一致的认识。

4. Về điều này ông còn ý kiến gì không?

您对这条还有什么意见吗？

Về mọi điều khoản, bên chúng tôi không có ý kiến gì nữa.

我方对所有条款都没有意见了。

5. Nếu một bên không thực hiện theo điều khoản hợp đồng, thì bên kia có quyền chấm dứt hợp đồng.

如果有一方不按合同条款执行，另一方有权终止合同。

Nhất trí.

同意。

6. Xin hỏi ông, lúc nào có thể ký kết?

请问什么时候可以签字？

Chúng tôi mong muốn ngày mai sẽ ký kết.

我们希望明天就能签字。

Đàm thoại theo tình huống 情景对话

Hội thoại I Bàn bạc về hợp đồng (I)
会话1 洽谈合同（1）

A : Thưa bà Mai, qua mấy lần đàm phán hữu nghị, chúng ta đã đi đến nhất trí về nhiều mặt, đã đến lúc nên ký một bản hợp đồng.

甲：梅女士，经过几次友好的洽谈，我们已达成广泛一致的意见，应当签一份合同了。

B : Đúng vậy. Hôm nay tôi đến để ký kết hợp đồng.

乙：是的。今天我是专程来签订合同的。

A : Thưa bà Mai, theo như đã bàn, chúng tôi đã thảo xong một bản hợp đồng, sáng nay đã fax đến cho bà, bà xem rồi chứ?

甲：梅女士，按照谈判，我们草拟了一份合同，上午已用传真传给您，您看过了吗？

B : Đúng, tôi đã xem xét kỹ càng rồi.

乙：是的，我已仔细审核过了。

A : Đây là dự thảo hợp đồng, xin bà xem xét kỹ lưỡng toàn bộ các điều khoản trong hợp đồng và nêu ý kiến sửa chữa hoặc bổ sung.

甲：这是合同草案，请您仔细审核所有条款，提出修改或补充的意见。

B : Chúng ta phải có nhận thức thống nhất về tất cả mọi điều khoản.

乙：我们要对所有的条款有一致的认识。

A : Hợp đồng khi đã ký tên thì được coi là đã xác lập, đồng thời có hiệu lực pháp luật. Cho nên chúng ta phải làm việc thận trọng.

甲：合同一经签字，便立即视为确立并具有法律效力，所以我们要慎重行事。

B : Đúng thế. Trước khi ký phải rà soát thật kỹ mọi điều khoản trong hợp đồng, khi hai bên đều hài lòng cả mới ký vào hợp đồng. Sau khi ký, hai bên phải nghiêm chỉnh thực hiện hợp đồng.

乙：是的，签字前，要仔细审核合同的所有条款，在大家都满意的条件下，再签署合同。签字以后，双方必须严格履行合同。

Hội thoại II   Bàn bạc về hợp đồng（II）
会话2   洽谈合同（2）

A : Hợp đồng của chúng ta phải ghi rõ mọi thứ như thời gian và địa điểm ký hợp đồng, tên doanh nghiệp, địa chỉ, họ tên người đại diện của mỗi bên A, B.

甲：我们的合同要写清楚签订合同的时间、地点，甲乙双方的名称、地址和代表人姓名等各种信息。

B : Nội dung chủ yếu của hợp đồng cần phải viết tỷ mỷ.

乙：合同的主要内容要写详细。

A : Đúng vậy. Ví như tên hàng, số lượng, số lô hàng, đơn giá, tổng giá trị thành tiền và phương thức thanh toán đều không được bỏ sót.

甲：是的。比如商品名称、数量、批量、单价、金额和结算方式等，都不能遗漏。

B : Về điều khoản chia chuyến bốc xếp vận chuyển, nên nêu rõ tổng cộng chia mấy chuyến, số lượng và thời gian bốc xếp vận chuyển của mỗi chuyến.

乙：关于分批装运的条款，应该明确一共分几批，每批装运的数量和时间。

A : Còn phải ghi rõ chất lượng, chủng loại, nhãn hiệu, quy cách, tính năng và thời hạn bảo hành hàng hóa.

甲：还要写明商品质量、种类、商标、规格、性能和保修期。

B : Cũng phải ghi cả thời gian đóng gói, vận chuyển, giao hàng và địa điểm giao nhận.

乙：包装、运输、交货日期和地点也要写上。

A : Ngoài ra còn phải viết rõ trách nhiệm khi vi phạm hợp đồng, thời hạn hiệu lực của hợp đồng.

甲：另外还要写清楚违反合同应负的责任，合同的有效期。

B : Các biện pháp bảo đảm cho việc thực hiện hợp đồng cũng không thể thiếu được.

乙：履行合同的保障措施也不能缺。

A : Đúng thế.

甲：对。

Hội thoại III   Bàn bạc về hợp đồng （III）
会话3   洽谈合同（3）

A : Đối với điều khoản phụ của bản hợp đồng, bà còn ý kiến sửa đổi gì không?

甲：对合同的附加条件，您看还有什么修改意见吗？

B : Tôi nghĩ hết rồi.

乙：我想没有了。

A : Hay lắm, chúng tôi đem về sửa đổi lại, chuẩn bị xong văn bản chính thức, ngày mai có thể ký kết được rồi.

甲：那好，我们带回去修改一下，准备好正式文本，明天就可以签字了。

B : Cuối cùng còn phải xác định loại ngôn ngữ dùng trong hợp đồng và số bản hợp đồng.

乙：最后还应确定合同所用文字和份数。

A：Đây là thông lệ quốc tế, đương nhiên chúng ta cần phải tuân theo.

甲：这是国际惯例，我们当然要遵守。

B：Đề nghị viết bằng hai thứ tiếng Trung Việt, thành 4 bản giống nhau, mỗi bên giữ hai bản.

乙：建议用中越两种语言写成，一式四份，每方各持两份。

B：Hai loại văn bản có hiệu lực như nhau.

乙：两种文本具有同等效力。

A：Chúng ta tranh thủ sáng mai sẽ ký chính thức.

甲：我们争取明天上午正式签署。

词汇表

1. hợp đồng   合同
2. thảo   拟草稿；拟稿
3. xem xét   审核
4. kỹ càng   仔细
5. phụ   附加（附带的；额外的）
6. sửa đổi   修改
7. ký kết   订；签订
8. nhận được   拿到；收到
9. chuẩn bị   准备
10. đề nghị   提议；建议
11. nhận thức   认识；见解
12. điều khoản   条款
13. điều   条；点；条款；则（用于分项或自成段落的文字条数）
14. thực hiện   执行；履行；兑现
15. quyền   权；权利
16. chấm dứt   终止
17. nhất trí   一致；同意
18. đàm phán   谈判；洽谈
19. hữu nghị   友谊；友好
20. bản   版；份
21. bàn   商量；讨论
22. dự thảo   草案
23. kỹ lưỡng   仔细；审慎
24. toàn bộ   全部；所有
25. sửa chữa   修改
26. bổ sung   补充
27. thống nhất   统一；一致
28. coi   看；看待；视为
29. xác lập   确立；立
30. hiệu lực   效力
31. pháp luật   法律
32. thận trọng   慎重
33. rà soát   检查；核查
34. kỹ   仔细；详细

35. hài lòng 满意；称心
36. nghiêm chỉnh 严格；庄重认真
37. tên gọi 名称
38. địa chỉ 地址
39. đại diện 代表
40. bên A 甲方
41. bên B 乙方
42. chủ yếu 主要
43. ví như 比如
44. số lượng 数量
45. lô 宗；批；堆
46. đơn giá 单价
47. tổng giá trị thành tiện 金额
48. phương thức thanh toán 结算方式
49. bỏ sót 遗漏
50. chuyến 一次；一趟
51. bốc xếp 装卸
52. vận chuyển 运输
53. nêu rõ 标明
54. tổng cộng 总共
55. chất lượng 质量
56. chủng loại 种类
57. nhãn hiệu 商标
58. quy cách 规格
59. tính năng 性能
60. thời hạn bảo hành 保修期
61. đóng gói 包装
62. giao hàng 交货
63. địa điểm 地点
64. ngoài ra 此外；另外
65. trách nhiệm 责任
66. vi phạm 违反
67. thời hạn hiệu lực 有效期
68. biện pháp 措施；办法
69. bảo đảm 保障；保证
70. thiếu 少；缺少
71. cuối cùng 最后
72. thông lệ 惯例
73. quốc tế 国际
74. tuân theo 遵守
75. giữ 持；保留
76. văn bản 文本
77. hiệu lực 效力
78. như nhau 同等；对等
79. tranh thủ 争取
80. chính thức 正式

Hướng dẫn 注释

1. khi đã … thì được coi là… 相当于汉语的"一旦……就被视为……"。

例：Hàng hóa khi đã bán ra thì được coi là quan hệ mua bán đã xác lập.

商品一旦售出，买卖关系便立即视为确立。

Séc khi đã ký tên thì được coi là đã có hiệu lực.

支票一经签字便立即视为生效。

2. đề nghị "建议、请"的意思。在越南语中可以作动词也可以作名词。

（1）作动词。

例：Đề nghị mọi người cuối tuần này nghỉ.

建议大家这个周末休息。

Đề nghị anh phát biểu ý kiến của cá nhân mình.

请你发表你个人的意见。

（2）作名词。

例：Đề nghị này phải thảo luận luôn.

这个建议得马上讨论。

Tôi rất ủng hộ đề nghị của chị.

我很支持你的建议。

3. nhất trí 一致，同意的意思。

例：Chúng tôi đều nhất trí với bản báo cáo của ông.

我们都同意您的报告。

Mọi người đều nhất trí với cách nhìn nhận của anh ấy.

大家都同意你的看法。

4. giữ 多义词。

（1）保管，保存。

例：Anh ấy chịu trách nhiệm giữ kho.

他负责保管仓库。

Chị phải giữ ví của tôi nhé.

你得保管好我的钱包哦。

（2）拿住，持住。

例：Mỗi bên giữ hai bản hợp đồng.

每边各持两份合同。

Tôi chỉ giữ hai vé thôi.

我只拿两张票而已。

（3）保持，维持。

例：Mọi người đều phải giữ trật tự.

大家都要维持秩序。

Ông ấy vẫn giữ được phẩm chất giản dị.

他仍然保持简朴的品质。

（4）担任。

例：Ông ấy giữ chức chủ tịch hội đồng quản trị.

他担任董事长一职。

Hiện nay không có ai giữ chức chủ nhiệm khoa.

目前没人担任系主任一职。

补充词汇：

bổ sung　补充	bốc xếp và vận chuyển　装运	
công chứng　公证	hai bên cùng có lợi　互利	
chịu　承担	trợ thủ, trợ lý　助手	sửa đổi　修改
tài liệu kèm theo　附件	công bằng　公平	đúng thời hạn　按期
cam kết　承诺	hữu hiệu　有效	
mẫu hợp đồng　合同样本		
hợp đồng kinh tế　经济合同		đóng dấu　盖章
ký tên　签名	dấu công ty　公章	bồi thường　赔偿
trị giá　价值	điều khoản chung　总则	
chi phí　费用	nghĩa vụ　义务	trọng tài　仲裁
thỏa thuận　达成协议		tranh chấp　争执
xử lý　处理	toà án nhân dân　人民法院	
hộ khẩu thường trú　常住户口		bảo lãnh　担保
nghị định　议定；协定	tài khoản phong tỏa　冻结账户	

căn cứ　根据　　　　　trụ sở chính　总部

tài khoản　账号/账户　　　　　　　　ủy quyền　委托

chức vụ　职务　　　　gọi tắt　简称　　　quy định　规定

ban hành　颁布/颁行

thanh toán hợp đồng　合同结算

thẩm quyền　权限/职权

biện pháp　措施/办法

thưởng phạt　奖罚　　　hoàn thành　完成

nguyên nhân bất khả kháng　不可抗力因素　　　tổn thất　损失

thủ tục　手续　　　giải quyết　解决　　　thương lượng　商量

khiếu nại　投诉　　　cấp　颁发

Tập luyện các kiểu câu sau　句型拓展练习

1. Hợp đồng của chúng ta phải ghi rõ mọi thứ như…

2. khi đã … thì được coi là…

3. đề nghị

4. nhất trí

5. giữ

Tập nói theo chủ đề　对话拓展

1. 以和外商签订一份购买水泥的合同为主题，设计一段对话，要求不少于300字。

2. 说说签合同要注意哪些事项。

Thường thức 常识

合同是当今社会进行各种经济活动的基本法律形式，其含义是平等主体之间设立、变更和终止权利义务关系的协议。由于经济生活复杂多变，难以避免某些人投机取巧，言而无信，因此从客观上需要一种行为规范来约束交易各方的交易行为，以避免损害各方的预期利益，这种规范就是合同。合同在经济生活中起着重要的作用：首先在具有长期性、阶段性的经济合作关系中，例如长期供货合作的关系，其合作履行期长，容易受其他因素影响，双方的权利义务关系复杂，因此必须订立长期供货合同，以指导、约束各方合作行为，以达到其经济目的；其次，作为经济交往的重要凭证，合同也是证明交往过程的重要凭据，这样可以保证我们购买的商品能退货、换货、保修等，保证交易对方按约定履行义务，确保违约方承担违约责任等。

签订合同需要遵循的基本原则是：①平等原则；②自愿原则；③公平原则；④诚实守信原则；⑤合法原则和尊重社会公德的原则。

合同的主要形式有口头合同和书面合同两种。

合同的基本条款有：①当事人的基本情况；②数量；③质量；④价款或者报酬；⑤履行期限、地点和方式；⑥违约责任；⑦解决争议的办法。

Bài thứ 14　　Thương mại
第十四课　　贸易

Công ty cử tôi trao đổi nghiệp vụ cụ thể với ông.

公司派我来和您洽谈具体业务。

Mặt hàng này các ông muốn đặt bao nhiêu?

这种产品你们想订多少？

Số lượng đặt hàng của chúng tôi sẽ phụ thuộc vào

giá cả của bên các ông.

我们的订数取决于你们的价格。

Trả bằng tiền mặt hay chuyển khoản?

现金支付还是转账？

Công ty của chúng tôi muốn mời quý công ty làm

tổng đại lý của chúng tôi tại Việt Nam.

我们公司想请贵公司做我们在越南的总代理。　○

Những câu cơ bản **基本句型**

1. Chào ông, tên tôi là Vương Hán, đây là danh thiếp của tôi. Công ty cử tôi trao đổi nghiệp vụ cụ thể với ông.

您好！我叫王汉，这是我的名片。公司派我来和您洽谈具体业务。

2. Hoan nghênh ông đến Việt Nam. May mắn được quen biết ông. Ông sống ở Hà Nội thế nào?

欢迎您到越南来。认识您很高兴，在河内过得怎么样？

Rất vui! Tôi lần đầu tiên đến Việt Nam làm ăn, xin ông giúp cho!

很开心！我是第一次来越南做生意，请多关照啊！

3. Ông yên trí, công ty chúng tôi hết sức coi trọng chữ tín và chất lượng. Mấy năm nay chúng ta luôn luôn hợp tác với nhau rất vui vẻ, mong rằng từ nay về sau hợp tác tốt hơn nữa.

您放心，我们公司非常注重信誉和质量。几年来，我们一直合作得很愉快，希望今后合作得更好。

Vâng, chúng tôi cũng có nguyện vọng như vậy.

是的，我们也有同样的愿望。

4. Ông lần này đến chủ yếu muốn bàn về những lĩnh vực buôn bán gì?

您这次来主要想谈哪方面的生意？

Chúng tôi mong được bàn với các ông về mặt hàng thủ công mỹ nghệ, mong có thể cùng các ông thỏa thuận với khối lượng lớn mặt hàng này.

我们希望和你们谈谈手工艺品方面的生意，希望能在这方面和你们大量成交。

5. Đây là đơn giá mới nhất của chúng tôi.

这是我们的最新价格单。

▐▌ Đàm thoại theo tình huống　情景对话 ▐▌

Hội thoại I　Bàn bạc về đặt hàng
会话1　　　订货洽谈

A：Thưa ông Vương, đây là sản phẩm mới nhất của chúng tôi.

甲：王先生，这是我们的最新产品。

B：Chúng tôi muốn đặt mua hàng của quý công ty, nhưng vẫn chưa được rõ lắm về tình hình chất lượng sản phẩm.

乙：我们想订购贵公司的产品，但对产品的质量情况还不太清楚。

A：Đây là bản thuyết minh sản phẩm mang đến cho quý công ty. Đây là những mặt hàng hiện nay đang bán chạy trên thị trường. Các ông thử tham khảo xem.

甲：这是给贵公司带来的产品说明书。这几种产品都是目前市场上畅销的。你们参考一下吧！

B：Chúng tôi phải xem hàng mẫu đã, rồi mới có thể quyết định xem có đặt mua lô hàng này không.

乙：我们先要看看样品，才能决定是不是订购这批产品。

A：Được. Xin cứ làm theo ý các ông. Hàng mẫu 3 ngày sau là có thể gửi tới nơi.

甲：可以。就按你们的意见办吧。样品3天后就能寄到。

A：Mặt hàng này các ông muốn đặt bao nhiêu?

甲：这种产品你们想订购多少？

B：Lượng đặt tối thiểu mà các ông yêu cầu về sản phẩm này là bao nhiêu?

乙：你们这种产品的起订量是多少？

A：Lượng đặt mua ban đầu về sản phẩm này là 400 thùng.

甲：这种产品的起订量是400箱。

B：Vậy chúng tôi đặt 600 thùng.

乙：那我们订购600箱。

A：Nếu các ông đặt mua mặt hàng này, chúng tôi có thể cung ứng theo giá cả mà các ông nêu ra.

甲：如果你们订购这种商品，我们可以按你们提出的价格供应。

B：Dạ được, để chúng tôi suy nghĩ thêm.

乙：好的，让我们考虑考虑。

Hội thoại II   Bàn bạc về giá cả
会话2   价格洽谈

A：Bên ông có thể báo thử giá hàng được không?

甲：你们是否可以报一下产品的价格？

B：Trước hết xin cho biết ông đặt khoảng bao nhiêu?

乙：首先请您谈谈大概要订多少？

A：Số lượng đặt của chúng tôi sẽ phụ thuộc vào giá cả của bên các ông.

甲：我们的订数取决于你们的价格。

B：Điều đó cũng sẽ dựa vào số lượng hàng đặt mua.

乙：这也取决于订货的数量。

A：Giá của các ông cao quá, xin lỗi. Chúng tôi không thể chấp nhận được giá chào hàng của bên ông, có giá ưu đãi hơn giá này không?

甲：你们的价格太高了，对不起，我们无法接受你们的报价，有比这更优惠的价吗？

B：Tục ngữ Trung Quốc có câu: "Không sợ không biết hàng, chỉ sợ hàng đọ hàng." Chất lượng sản phẩm của công ty tôi rất tốt, giá bán đương nhiên phải cao hơn một chút, tiền nào của nấy mà.

乙：中国有句俗语说："不怕不识货，只怕货比货。"我们的产品质量高，价格当然要高些，一分钱一分货嘛。

A：Hai bên chúng ta cùng nhượng bộ nhau một chút chăng!

甲：我们双方都做些让步吧！

B：Chúng tôi e rằng rất khó thỏa mãn yêu cầu của ông, giá chào hàng của chúng tôi đã thấp hết cỡ rồi, không thể bớt thêm được nữa.

乙：我们恐怕很难满足您的要求，我们的报价已是最低价，折扣不
　　能再多给了。

A：Nếu không bớt thì chúng ta sẽ rất khó thỏa thuận.

甲：如果不给折扣，我们就很难成交。

B：Ông cho rằng có thể giảm giá bao nhiêu?

乙：您认为可以降价多少？

A：Tôi nghĩ rằng giảm 15% thì chấp nhận được.

甲：我想降15%就可以接受。

B：Ý của ông là chúng tôi đơn phương nhượng bộ. Được thôi, chúng tôi
　　ưu đãi trừ cho 10%, tức là giảm giá 10%, cuối cùng như thế được rồi
　　chứ?

乙：你的意思是我们单方面作出让步。好吧，我们按九折优惠，也
　　就是降价10%，总可以了吧？

A：Phía chúng tôi đề nghị bớt thêm 5% nữa, để cho ngang với giá cả
　　quốc tế hiện hành.

甲：我方要求再降5%，与现行国际价格持平。

B：Rất lấy làm tiếc, phía chúng tôi không thể chấp nhận yêu cầu này, giá
　　ông đưa ra quá thấp.

乙：很遗憾，我方不能接受这一要求，你还的价太低了。

B：Giá chào hàng của chúng tôi là giá F.O.B, không phải là giá C.I.F.

乙：我们的报价是离岸价，不是到岸价。

A：Giá chào hàng của quý công ty có hiệu lực trong mấy ngày?

甲：你们的报价几天内有效？

B：Giá chào hàng của chúng tôi có hiệu lực trong mười ngày.

乙：我们的报价十天内有效。

A：Có đơn đặt hàng rồi, khoảng bao lâu sau chúng tôi nhận được hàng?

甲：下订单后，我们多久能收到货？

B ： Nửa tháng.

乙：半个月。

A ： Liệu có chậm hoặc lỡ việc giao hàng hay không?

甲：不会延误交货吧？

B ： Ông cứ yên tâm, chúng tôi đảm bảo trong vòng một tuần là hàng đến.

乙：放心吧，我们保证一星期内送到。

A ： Thông thường, các ông áp dụng phương thức thanh toán nào?

甲：通常情况下，你们采用什么付款方式？

B ： Chúng tôi áp dụng phương thức thanh toán bằng thư tín dụng không được hủy ngang, thanh toán bằng ngoại tệ theo chứng từ bốc xếp vận chuyển.

乙：我们采用不可撤销的信用证，凭装运单据结汇付款方式。

B ： Tất nhiên chúng ta cũng có thể áp dụng phương thức thanh toán "trả gốc".

乙：当然我们也可以采取"分期付款"方式。

A ： Chúng tôi có thể thanh toán khoản tiền hàng này bằng nhân dân tệ được không?

甲：我们可以用人民币支付这笔货款吗？

B ： Chúng tôi muốn các ông thanh toán bằng đô-la Mỹ là tốt nhất.

乙：我们希望你们最好用美元支付。

Hội thoại III   Bàn bạc về đại lý
会话3   代理洽谈

A ： Công ty của chúng tôi chủ yếu kinh doanh máy sấy tóc, muốn mời quý công ty làm tổng đại lý của chúng tôi tại Việt Nam.

甲：我们公司主要经营吹风机，想请贵公司做我们在越南的总代理。

B : Hay đấy, chúng tôi có khả năng tiếp thị sản phẩm và mạng lưới tiêu thụ rất tốt.

乙：好啊，我们有很好的推销能力和销售网络。

A : Nếu quý công ty làm đại lý độc quyền của chúng tôi, thì không được kinh doanh sản phẩm cùng loại hoặc tương tự của nước khác.

甲：如果贵公司作为我们的独家经销商，就不得经营其他国家同类和类似的产品。

B : Tất nhiên. Nhưng các bạn cũng phải hứa rằng, không xây dựng quan hệ với những đại lý khác tại Việt Nam.

乙：当然。不过你们也必须承诺，不在越南建立多家代理关系。

A : Tôi nghĩ điều này chúng ta không có ý kiến trái ngược nhau. Tổng lượng tiêu thụ năm mà các bạn có thể làm được là bao nhiêu?

甲：我想这没什么异议。你们能完成的年销售总量是多少？

B : Hai mươi nghìn chiếc không thành vấn đề gì.

乙：2万台应该没问题。

A : Ngoài ra chúng tôi mong rằng cứ nửa năm một lần nhận được từ các bạn báo cáo về tình hình thị trường hiện tại cùng với ý kiến phản ánh của khách hàng đối với sản phẩm của chúng tôi.

甲：另外我们希望每隔半年看到你们关于当前市场情况的报告和用户对我们产品的反映。

B : Đây là nghĩa vụ mà chúng tôi phải thực hiện, tiền hoa hồng đáng được hưởng của chúng tôi là bao nhiêu?

乙：这是我们应该承担的义务，我们应该得到的佣金是多少呢？

A : Theo thông lệ quốc tế, tiền hoa hồng là 1%~5%.

甲：按照国际惯例是1%~5%的佣金。

B : Chúng tôi mong rằng không thấp hơn 5%.

乙：我们希望不低于5%。

A：Được.

甲：好的。

B：Thời gian làm đại lý bao lâu?

乙：代理有效期是多长？

A：Trước tiên đặt 2 năm đi. Sau khi hết hạn, có ký tiếp hay không, sau này quyết định.

甲：先定两年吧。期满后，是否续签，以后再定。

B：Nhất trí.

乙：没问题。

A：Nếu hoàn thành nhiệm vụ tốt, thì chúng tôi có thể kéo dài ba năm hợp đồng đại lý độc quyền giữa hai bên.

甲：如果你们任务完成得好，我们就可以把我们之间的独家代理协议延长3年。

词汇表

1. thương mại　贸易
2. trao đổi　磋商；洽谈
3. nghiệp vụ　业务
4. mặt hàng　产品
5. quyết định　决定；取决
6. bởi　由；由于
7. trả　支付
8. tiền mặt　现金
9. chuyển khoản　转账
10. Vương Hán　王汉
11. danh thiếp　名片
12. cử　派；推荐
13. trao đổi nghiệp vụ　洽谈业务
14. yên tâm　放心
15. nguyện vọng　愿望
16. lĩnh vực　领域
17. hàng thủ công mỹ nghệ　手工艺品
18. khối lượng lớn　大批；大量；大宗
19. bản thuyết minh　产品说明书
20. bán chạy　畅销
21. lương đặt tối thiểu　起订量
22. thùng　箱
23. cung ứng　供给；供应

24. giá chào hàng　报价
25. ưu đãi　优惠；优待
26. sánh　比较
27. nhượng bộ　让步
28. không sợ không biết hàng, chỉ sợ hàng đọ hàng　不怕不识货，只怕货比货
29. tiền nào của nấy　一分钱一分货
30. chăng　吗；否；吧（助词，表示商量、提议、请求、命令等语气）
31. e　恐怕；担心
32. cỡ　尺寸
33. giảm giá　降价
34. chấp nhận　接受；承受
35. bớt　降；减
36. F.O.B　离岸价
37. C.I.F　到岸价
38. liệu　估计；料算
39. lỡ　耽误；错过；迟误
40. áp dụng　采用
41. thư tín dụng　信用证
42. hủy　毁
43. chứng từ　单据；凭证
44. kim ngạch　金额
45. nhân dân tệ　人民币
46. đô-la Mỹ　美元
47. máy sấy tóc　吹风机
48. đại lý　代理
49. khả năng　能力
50. tiếp thị　推销
51. tiêu thụ　销售
52. mạng lưới　网络
53. độc quyền　独家
54. hứa hẹn　承诺
55. ý kiến trái ngược　异议
56. tiền hoa hồng　佣金
57. đến hạn, hết hạn　期满
58. ký tiếp　续签

Hướng dẫn 注释

1. trao đổi　意思为"交换、交流、洽谈"。

例：Trao đổi tài liệu.

交换资料。

Họ thường xuyên cùng nhau trao đổi kinh nghiệm học tập.

他们经常在一起交流学习经验。

Chúng tôi còn nhiều điểm phải trao đổi thêm.

我们还有很多地方需要洽谈。

2. bớt　意思为"减少、分一点"。

例：Nếu không bớt thì chúng tôi sẽ không mua.

如果不少点我们就不买。

Chị mua nhiều thế, bớt lại cho tôi một phần có được không?

你买那么多，分一点给我可以吗？

3. độc quyền　意思是"独家、垄断"。

例：Chúng tôi làm đại lý độc quyền tại Việt Nam.

我们是越南独家代理商。

Tôi đã xin được một giấy phép độc quyền tại Trung Quốc.

我已经在中国申请了一项专利。

Tư bản độc quyền.

资本垄断。

补充词汇：

giao hàng　交货	DAF　边境交货　T/T电汇	
L/C　信用证	D/P　付款交单	báo giá　报价
hoàn giá　还价	hàng mẫu　样品	bán thử　试销
màu sắc　颜色	nghiệm thu　验收	bán buôn　批发
xuất siêu　顺差	nhập siêu　逆差	

xuất nhập khẩu　进出口

khu mậu dịch tự do Trung Quốc – ASEAN　中国一东盟自由贸易区

mậu dịch quốc tế　国际贸易

mậu dịch tiểu ngạch　边贸

hội chợ triển lãm　展销会/会展

thuật ngữ　术语　　tham số kỹ thuật　技术参数

EXW　工厂交货（……指定地点）

FCA　交至承运人（……指定地点）

FAS　船边交会（……指定装运港）

FOB　船上交货（……指定装运港）

CFR　成本加运费（……指定目的港）

CIF　成本、保险加运费付至（……指定目的港）

CPT　运费付至（……指定目的港）

CIP　运费、保险费付至（……指定目的地）

DAF　边境交货（……指定地点）

DES　目的港船上交货（……指定目的港）

DEQ　目的港码头交货（……指定目的港）

DDU　未完税交货（……指定目的地）

DDP　完税后交货（……指定目的地）

bạn hàng　客户　　công ten nơ　集装箱

bảo hành　保修　　dịch vụ hậu mãi　售后服务

điều khoản bảo hiểm　保险条款

đơn bảo hiểm　保险单　　　　　　　　bồi dưỡng　保养

thời gian được bảo hiểm　承保期

sự cố bất ngờ　意外事故

bảo hiểm rủi ro phụ thông thường　一般附加险

Tập luyện các kiểu câu sau　句型拓展练习

1. Ông lần này đến chủ yếu muốn bàn về những lĩnh vực buôn bán gì?

Chúng tôi mong được bàn với các ông về…

2. Thông thường, các ông áp dụng phương thức thanh toán nào?

Chúng tôi áp dụng phương thức thanh toán bằng …

3. Công ty của chúng tôi muốn mời quý công ty làm tổng đại lý của chúng tôi tại Việt Nam.

Hay đấy, chúng tôi có…

4. trao đổi

Tập nói theo chủ đề　对话拓展

1. 以订货洽谈为主题，进行顾客与销售人员的一段对话,要求不少于300字。

2. 如果你购买一批拖鞋，怎样和老板讨价还价？

Thường thức 常识

近年来，中越经贸合作发展迅猛，贸易额连年高增长，中国已成为越南最大的贸易伙伴。近10年来，中越贸易超常规增长，从1991年的3200万美元增长到2006年的104亿美元。2007年1月至10月双边贸易额已经达到121亿美元，同比增长20%。目前，中国是越南的第一大进口国，第三大出口国。越南从中国进口的主要产品为：成品油、纺织品原敷料、机械设备、化肥、化工、钢铁等。越南出口中国的主要产品为：原油、橡胶、煤炭、水产、果蔬、植物油、木制品、塑料制品等。

越南的外资企业发展迅速的主要原因有：越南政府具有改革决心，为外商投资提供各项优惠政策。其次，越南国家政治稳定，社会治安良好，民风淳朴。第三，越南的天然资源丰富，价格便宜。越南拥有丰富的矿产、森林、渔业和海洋、劳动力资源，价格相对便宜。第四，越南已经加入WTO，欧美对越南产品不设限，尤其是欧盟对越南还有一些优惠政策，有利投资者拓展欧美市场。第五，越南是东盟自由贸易区成员国之一，到2012年，东盟对越南生产的产品将全部免关税。第六，越南的国民基本素质较高,法制意识较强，一般能够自觉遵守各种规章制度，而政府也能做到有法必依、执法必严。第七，海运方便，几大城市都有港口。第八，在越南的工业园区办事比较方便，大的工业园区报关、产地证签发等手续都可在区内办理，一般产品不用出园区就可办理所有出口手续。

Bài thứ 15　　Bưu điện và thông tin
第十五课　　邮电和通讯

Chị cho hỏi, mua tem ở cửa số mấy?

请问，在哪个窗买邮票？

Bà có mang chứng minh thư không?

您带身份证了吗？

…có cần gì không?

要办理什么吗？／需要什么吗？

Cước là bao nhiêu?

寄费是多少？

Vậy gửi thế nào?

那怎么个寄法？

Nhờ cô fax hộ tôi tờ này về Trung Quốc.

请帮我把这份传真发回中国。　　○

Những câu cơ bản　**基本句型**

1. Chị cho hỏi, mua tem ở cửa số mấy?

   请问，在哪个窗买邮票？

   Mua tem và gửi thư ở cửa /ghi-sê số 4.

   买邮票和寄信在4号窗。

2. Chú có cần gì không?

   你要办理什么吗？

Chú muốn gọi điện thoại.

我想打电话。

3. Chào ông! Ông có cần giúp gì không?

先生您好！您要办理什么？

Nhờ cô fax hộ tôi tờ này về Trung Quốc.

请帮我把这份传真发回中国。

4. Điện hoa có thể gửi hoa chúc thọ, còn có thể gửi kèm vật phẩm, tiền chuyển phát đến địa chỉ người nhận.

电寄可以寄祝寿花，还可以寄快递物品、钱到收货人的地址。

Thế thì hay quá, em đi gửi luôn bây giờ.

那太好了，我现在就去寄。

5. Chúng tôi mới sang Việt Nam, có kênh nào tìm hiểu thông tin nhanh không?

我们才来越南，有什么渠道快速了解信息吗？

Các anh có thể gọi tổng đài 1080.

你们可以拨电话1080。

Đàm thoại theo tình huống 情景对话

Hội thoại I Gửi thư nhận bưu kiện
会话1 寄信 领包裹

A：Chị cho hỏi, mua tem ở cửa/ghi-sê số mấy?

甲：请问，在哪个窗买邮票？

B： Mua tem và gửi thư ở cửa/ghi-sê số 4.

乙：买邮票和寄信在4号窗。

A：Cám ơn chị!

甲：谢谢你！

B： Không có gì.

乙：没关系。

　　（Trước cửa/ghi-sê số 4） （在4号窗前）

A： Chị cho mua tem và phong bì.

甲：请给买邮票和信封。

B： Anh gửi thư trong nước hay nước ngoài?

乙：你寄国内信还是寄到国外？

A： Một bức trong nước và hai bức nước ngoài.

甲：一封寄国内，两封寄国外。

B： Anh gửi thư thường hay qua đường hàng không?

乙：寄平信还是寄航空信？

A： Gửi qua đường hàng không cho nhanh. Thế là bao nhiêu tiền hả, chị?

甲：寄航空快些。那要多少钱？

B： Phải cân rồi mới biết. Thư gửi nước ngoài hai mươi nghìn một bức, còn thư trong nước thì hai nghìn. Anh nhớ dán nhãn dính có chữ "PAR AVION" trên phong bì nhé.

乙：要称了才知道。寄国外的两万盾一封，寄国内的两千盾。你记得贴上"航空"标签啊。

A： Còn dịch vụ nào vừa đảm bảo vừa nhanh hơn nữa không?

甲：还有什么又安全又更快捷的业务吗？

B： Có, anh gửi qua EMS (thư nhanh) đi.

乙：有，你寄邮政快递吧！

A： Thế cước là bao nhiêu?

甲：寄费是多少？

B ： Thư của anh trong nước là 35.000 đồng, còn mỗi bức thư gửi đi nước ngoài là 513.800 đồng.

乙：你寄国内的是35000盾，寄国际的是每封513800盾。

A ： Vậy gửi thế nào?

甲：那怎么个寄法？

B ： Anh khai đơn này đúng theo yêu cầu và trả cước là được.

乙：你按要求填这个单，并缴费就行了。

A ： Dán tem ở đâu, chị?

甲：在哪儿贴邮票？

B ： Gửi EMS không cần dán tem, anh ạ.

乙：寄邮政快递不用贴邮票。

B ： Em cần gì không?

乙：你需要什么吗？

C ： Dạ, em muốn nhận bưu phẩm. Đây là giấy báo nhận ạ.

丙：唔，我想领印刷品。这是通知单。

B ： Giấy báo của em là bưu kiện chứ không phải là bưu phẩm. Em có mang chứng minh thư không?

乙：你的不是印刷品，是包裹。你带身份证了吗？

C ： Dạ, em là người nước ngoài, em có hộ chiếu đây ạ.

丙：啊，我是外国人，这是我的护照。

B ： Em ghi số hộ chiếu vào đây, và ký tên hộ chị tại đây nhé.

乙：你在这里写上护照号码，在这里签上名字。

C ： Vâng ạ. Em ghi xong rồi ạ.

丙：好的。我写完了。

B ： Ừ, bưu kiện của em đây.

乙：唔，这是你的包裹。

C ： Cám ơn chị nhiều!

丙：多谢了！

Hội thoại II　Gọi điện thoại và gửi Fax
会话2　　　打电话和发传真

A：Chú có cần gì không?

甲：你要办理什么吗？

B：Chú muốn gọi điện thoại.

乙：我想打电话。

A：Mời chú đến cửa（ghi-sê）số tám ạ.

甲：请您到8号窗。

　　　　（Tại cửa/ghi-sê số 8）（在8号窗）

A：Chú muốn gọi điện thoại đi nội hạt hay đường dài hả chú?

甲：您想打市话还是长话？

B：Chú gọi điện thoại đường dài.

乙：我打长话。

A：Chú gọi nội tỉnh hay liên tỉnh?

甲：您是打省内长话还是省外长话？

B：Chú gọi đi TP. Hồ Chí Minh.

乙：我打去胡志明市。

A：Chú vui lòng ghi số điện thoại ở đây, để cháu bấm số cho.

甲：请您把电话号码写在这里，我给您拨。

A：Chào ông! Ông có gì cần giúp không?

甲：先生您好！您要办理什么？

C：Nhờ cô fax hộ tôi tờ này về Trung Quốc.

丙：请帮我把这份传真发回中国。

A：Vâng ạ. Ông vui lòng ghi mã quốc gia và mã vùng.

甲：好的。请您写下国家区号和国内区号。

C：Được rồi ạ.

丙：好。

Hội thoại III   Đàm thoại về dịch vụ mới của bưu điện
会话3   邮局新业务

A：Chị Hoa ơi, chị đi đâu đấy?

甲：阿华姐，你去哪里？

B：Tôi đi chuyển tiền để trả tiền hàng cho chủ bán hàng bên Trung Quốc.

乙：我去给中国的卖家转货款。

A：Chị chuyển qua ngân hàng nào?

甲：你通过哪家银行转？

B：Tôi không chuyển qua ngân hàng đâu, tôi chuyển qua bưu điện.

乙：我不通过银行，我通过邮局转。

A：Bưu điện nào mà có dịch vụ hay thế này?

甲：哪家邮局有这么好的业务？

B：Các bưu điện lớn đều có mà.

乙：各大邮局都有嘛。

C：Cháu chào bác ạ! Bác gửi thư ạ?

丙：伯伯好！您寄信吗？

D：Không phải, bác đến bưu điện để đặt "Báo Công An" cho năm tới.

丁：不是，我来邮局订明年的《公安报》。

C：Ngoài "Báo Công An" bác còn đặt báo chí gì nữa không ạ?

丙：除了《公安报》还订什么报刊吗？

D：Không, chỉ "Báo Công An" thôi.

丁：不了，就订《公安报》。

E ：Ngày kia là sinh nhật mẹ em, em muốn gửi quà cho mẹ chúc mừng sinh nhật. Nhưng em lại công tác ở đây, cách xa nhà vài trăm cây, làm thế nào bây giờ?

戊：后天是我妈妈的生日，我想给妈妈送份礼物。但我来这里出差，离家几百公里，怎么办才好？

C ：Thế em đi bưu điện gửi điện hoa đi.

丙：那你到邮局电寄吧。

E ：Điện hoa có thể gửi hoa chúc thọ không?

戊：电寄可以寄祝寿花吗？

C ：Có, còn gửi được vật phẩm, tiền chuyển phát đến địa chỉ người nhận.

丙：可以，还可以寄快递物品、钱到收货人的地址。

E ：Thế thì hay quá, em đi gửi luôn bây giờ.

戊：那太好了，我现在就去寄。

E ：Chúng tôi mới sang Việt Nam, có nhiều cái không biết, có kênh nào tìm hiểu thông tin nhanh không?

戊：我们才来越南，有许多东西不懂，有什么渠道快速了解信息吗？

C ：Các anh có thể gọi tổng đài 1080.

丙：你们可以拨电话1080。

E ：Gọi nó sẽ tra được những thông tin gì?

戊：拨这个电话能查到什么信息？

C ：Đầy, những thông tin các anh cần đều có hết. Nào chỉ dẫn số điện thoại nhà riêng, cơ quan; nào chỉ dẫn khách sạn, nhà hàng, cửa hàng; thông tin kinh tế, thị trường chứng khoán…Anh cứ cần cái gì là sẽ có.

丙：什么都有，你们想了解的信息都有，有查询私人、单位电话，有查询酒店、餐馆、商店，有查询经济信息、证券市场……只要你需要的都可能有。

词汇表

1. bưu điện   邮局；邮电局
2. tem   邮票
3. cửa (ghi-sê)   （服务的）窗口
4. phong bì   信封
5. trong nước   国内
6. nước ngoài   国外
7. thư thường   平信
8. hàng không   航空
9. nhanh   快
10. cân   称；秤
11. nhãn   标签
12. PARAVION   航空(邮件)
13. dịch vụ   业务
14. đảm bảo   保障；安全
15. EMS   邮政快递
16. cước   寄费；运费
17. đồng   盾（越南货币单位）
18. khai đơn   填单
19. nhận   领取
20. bưu phẩm   印刷品
21. bưu kiện   包裹
22. mang   带；携带
23. chứng minh thư   身份证
24. hộ chiếu   护照
25. ghi   写上；填上
26. ký tên   签字
27. gọi điện thoại nội hạt   打市话
28. gọi điện thoại đường dài   打长话
29. nội tỉnh   省内
30. liên tỉnh   省外的；跨省的
31. TP. Hồ Chí Minh   胡志明市
32. vui lòng   麻烦；请；劳驾
33. quay   拨（电话）
34. mã quốc gia   国家区号
35. mã vùng   国内区号
36. chuyển tiền   转款
37. tiền hàng   货款
38. chủ bán hàng   卖家
39. ngân hàng   银行
40. đặt   订
41. "Báo Công An"   《公安报》
42. sang năm, năm tới   明年
43. báo chí   报刊
44. chúc mừng   祝贺
45. công tác   出差
46. gửi điện hoa   电寄（一种通过邮局快递钱物，或委托邮局在当地代购并递送物品的服务）
47. chúc thọ   祝寿
48. chuyển phát   发送
49. kênh   渠道；途径
50. thông tin   信息
51. tổng đài   （电话）交换台；咨询台
52. tra   查询
53. đầy   满；充足
54. chỉ dẫn   引导
55. điện thoại   电话
56. nhà riêng   私宅；住所
57. cơ quan   机关
58. nhà hàng   餐馆
59. kinh tế   经济

60. thị trường chứng khoán   证券市场
61. các điện thoại   电话卡　　　62. thiếp chúc mừng   贺卡
63. giấy phép lái xe / bằng lái xe   驾驶证
64. lãnh sự quán   领事馆　　　65. sim di động   移动电话卡
66. thẻ nạp tiền   充值卡

║ Hướng dẫn　注释　║

1. "人称+cho hỏi…"　意思为"请问……""麻烦打听一下""劳驾问一下"等。前半部分是被询问的人，后半部分是要问的内容。

例：Bác cho hỏi, vườn bách thú đi thế nào?

请问大伯，去动物园怎么走？

Chị cho hỏi, đơn này điền thế nào?

请问这份表怎么填？

Anh cho hỏi, chuyến bay BCZ ra cửa nào?

劳驾，BCZ航班从哪个门登机？

2. "名词/代词+có+动词+chưa?"　意思为"……有……了吗？""……（做）……了吗？""có"前面是施动者，"có"后面是所做的动作。

例：Chị có hộ chiếu chưa?

你有护照了吗？

Anh có giấy chứng nhận xuất xứ chưa?

你有原产地证了吗？

Bà ấy có mang chứng minh thư chưa?

她带身份证了吗？

Em làm bài chưa?

你做作业了吗？

3. "…có cần gì không?"　意思是"要办理什么吗？""需要

什么吗？" 等，表示询问来人需购买什么物品或办理什么业务。句型前面是被称呼的人，一般不能缺少。

例：Chú có cần gì không?

叔叔，您要买什么吗？

Chú muốn mua tem.

我要买邮票。

Bác có cần gì không?

伯伯，您要办理什么吗？

Bác muốn đặt báo.

我要订报纸。

4. gửi điện hoa 电寄，一种通过邮局快递钱物，或委托邮局在当地代购并递送物品的服务。

补充词汇：

chuyển phát nhanh 快件/速递
điện chuyển tiền 电汇
chuyển tiền nhanh 快速转款
tiết kiệm bưu điện 邮政储蓄   điện báo 电报
thẻ điện thoại 电话卡   cityphone 小灵通
bảo hiểm bưu điện 邮政保险
mã bưu cục 邮政编码
hòa mạng 入网   trang WEB 网址
cẩm nang tra cứu 查询手册
lắp điện thoại 安装电话

Tập luyện các kiểu câu sau 句型拓展练习

1. …cho hỏi

2. …có…chưa

3. …có cần gì không?

Tập nói theo chủ đề　对话拓展

分组进行以下操练：

1. 用越南语谈论买邮票、信封，寄信给父母、朋友。

2. 用越南语谈论到邮局打电话、发传真给学校、父母、单位、公司。

3. 用越南语谈论到邮局订报纸、杂志。

4. 用越南语谈论去电邮物品、钱款给父母、朋友。

Thường thức 常识

　　越南邮电的发展与法国殖民者入侵有直接关系。19世纪法国开始入侵越南，1863年在西贡设立了邮电厅，并开始发行邮票，1888年越南完成从南到北各主要城市西贡——归仁——顺化——荣市——河内的通邮。1889年越南开通西贡到曼谷的电报业务。1894年西贡开通电话系统。1945年之前的越南通信都掌握在法国殖民主义者手里，为殖民统治服务。1954年越南北方解放，在原有基础上，逐步建立起自己的通信体系。此后越南邮电部门多次调整、更改名称。2002年，越南政府成立了邮政电信部，其职责范围涵盖了对邮政，通信，信息、电子、因特网技术，传输、发送无线电波、频率及基础设施等进行管理。

　　2003年，越南邮电通信真正全面转向市场。现在已有六家公司在经营邮电通信业务，他们是：越南邮电通信总公司（VNPT）、军队通信公司（Viettel）、电力通信公司（VP Telecom）、西贡BCVT股份服务公司（SPT）、河内通信股份公司（Hanoi Telecom）和航海电子通信公司（Vishipel）。另有5家公司获得移动业务。因此，现在越南通信费用已经大幅下降。

Bài thứ 16　　　Cắt tóc và chụp ảnh.
第十六课　　　理发与照相

Cắt tóc có đông người không?

理发人多吗？

Chị đợi một chút.

你稍等片刻。

Chị cắt kiểu tóc gì?

你剪什么发型？

Loại mốt nhất.

最流行的。

▌▌ Những câu cơ bản　基本句型 ▌▌

1. Xin hãy cắt tóc cho tôi.

   请给我理发。

2. Xin mời ngồi, anh muốn cắt kiểu gì?

   请坐，您想剪什么发型呢？

   Xin hãy cắt ngắn một chút.

   请剪短一点。

3. Hãy đến đây gội đầu.

   请到这儿来洗头。

4. Em dùng cho anh thuốc gội đầu hiệu gì?

   你给我用什么牌子的洗发水？

·178·

Hiệu Pantene. Anh quen gội nước lã hay nước nóng?

潘婷牌。你习惯洗冷水或热水？

5. Anh muốn cạo mặt không?

您要刮脸吗？

Được, hãy cạo mặt cho tôi.

好的，请给我刮一下。

6. Có cần xoa dầu trơn tóc không?

要擦头发精油吗？

Xoa một tí.

稍擦一点。

7. Có cần sấy không?

要不要吹一下头发？

Xin hãy sấy một chút.

请吹一下。

8. Tiền cắt tóc bao nhiêu?

理发费多少？

Hai mươi đồng.

20元。

9. Cám ơn anh đã đến cửa hiệu của chúng tôi.

谢谢您的光临。

Đàm thoại theo tình huống　情景对话

Hội thoại I　Ở hiệu cắt tóc（I）
会话1　　　在理发店（1）

A：Em ơi! Đây có nhuộm tóc không?

甲：小妹，这里可染头发吗？

B：Có, anh ngồi ghế đợi một chút, trước anh còn 2 người.

乙：可以，您坐等一会儿，在您的前面还有两个人。

A：Cả cắt với nhuộm và gội đầu là bao nhiêu tiền?

甲：剪发、染发带洗头多少钱？

B：Thế anh có cạo râu và lấy dáy tai không ạ?

乙：那您要刮胡子和掏耳朵吗？

A：Ai cắt tóc mà không cạo râu và lấy dáy tai?

甲：谁剪发不刮胡子和掏耳垢？

B：Phụ nữ và trẻ em thì không cần.

乙：女士和小孩就不需要。

A：Em này đúng là vui thật.

甲：你真逗。

B：Nói chuyện vui để thời gian trôi nhanh, thật ra cắt tóc cho phụ nữ
còn cầu kỳ hơn đàn ông.

乙：开个玩笑啦，其实和男士相比，女士剪发更讲究。

A：Sao vậy?Tôi tưởng đàn ông lấy dáy tai, cắt lông mũi, chải ngôi đã
phiền lắm rồi, không ngờ phụ nữ còn hơn cơ à.

甲：为什么？我以为男士掏耳朵、剪鼻毛、梳小分头已经够麻烦的
了，没想到女士还更麻烦。

B：Anh không biết, ép tóc và uốn tóc cho phụ nữ là tốn thời gian nhất.

乙：您不知道，女士拉直发、卷发最费时间了。

Hội thoại II   Ở hiệu cắt tóc（II）
会话2   在理发店（2）

A：Mời anh ngồi lên đây, đến lượt anh rồi.

甲：请您上座，轮到您了。

B：Em dùng kéo cắt tỉa cho anh, đừng dùng tông đơ.

乙：你用剪刀帮我剪，不要用理发推子。

A：Tóc anh rậm quá, em tỉa thưa xong rồi nhuộm tóc cho anh.

甲：您的头发很密，我帮您剪薄些然后再染。

B：Tóc anh có bạc nhiều không?

乙：我的白头发多吗？

A：Có mấy sợi ở hai bên gần tai thôi.

甲：有几根在耳朵两边。

B：Em dùng cho anh dầu gội đầu hiệu gì?

乙：你给我用什么牌子的洗发水？

A：Hiệu Pantene. Anh quen gội nước lã hay nước nóng?

甲：潘婷牌。您习惯洗冷水或热水？

B：Nước ấm ấm thôi, đầu anh ngứa lắm, gãi mạnh một tý.

乙：热一点就行，我的头很痒，搔重一点。

A：Anh nhắm mắt nhé.

甲：您闭上眼睛。

B：Cho anh mượn dao cạo một tý.

乙：给我借一下刮胡刀。

A：Anh có cần bôi kem không?

甲：您需要涂发油吗？

B：Không. Xịt keo là được.

乙：不，喷发胶就可以了。

A：Anh soi gương xem đã vừa ý chưa?

甲：您照镜子看满意了没有？

B：Được đấy, cho anh mượn cái lược!

乙：可以，给我借用一下梳子。

Hội thoại III   Ở hiệu ảnh
会话3   在照相馆

A ： Bác ơi! Cho cháu hỏi, đây có rửa ảnh không ạ?

甲：老伯，请问这里可以洗相片吗？

B ： Có.

乙：可以。

A ： Cháu là máy ảnh số, không phải là máy ảnh chụp phim.

甲：我的是数码相机，而不是胶卷相机。

B ： Đã là hiệu chụp ảnh thì rửa được tất.

乙：既然是照相馆，就什么相片都可以洗的。

A ： Cháu muốn rửa 5 tấm ảnh màu và 3 tấm ảnh trắng đen, đồng thời

chụp cho cháu một ảnh chứng minh thư.

甲：我洗5张彩照和3张黑白照，同时照一张身份证相片。

B ： Chụp ảnh giấy chứng minh thư không được mặc áo không có cổ.

乙：照身份证相片不能穿无领的衣服。

A ： Mỉm cười có được không?

甲：可以微笑吗？

B ： Cười tý không sao.

乙：微笑一点没问题。

A ： Chói mắt quá, bác bấm nhanh lên đi.

甲：太耀眼了，老伯您照快一点。

B ： Chuẩn bị nhé, không nên chớp mắt.

乙：准备，不要眨眼。

A ： Ảnh bao giờ lấy được?

甲：相片什么时候可以取？

B ： Chiều mai vào giờ này.

乙：明天这个时间。

Hội thoại IV　Chụp ảnh ở ngoại cảnh
会话4　　　在外景照相

A：Hùng ơi! Ngày mai cả lớp tổ chức đi Vạn Lý Trường Thành chơi, Hùng nhớ mang máy ảnh nhé.

甲：阿雄，明天我们班组织去万里长城玩，你记住带上照相机。

B：Rồi, Hùng mang máy ảnh ống kính dài chụp cho đẹp.

乙：好的，我带长镜头的相机，这样照起来才好看。

A：Máy đấy có zoom và đèn nháy không đấy?

甲：那个相机有伸缩镜头和闪光灯吗？

B：Anh này đúng là lạc hậu, bây giờ chụp bằng máy ảnh số, có tính năng tia hồng ngoại chụp được cả ban đêm.

乙：你这个人真落后，现在是数码相机，有红外线功能，晚上都可以照相。

A：Nhớ mang đủ pin đi đỡ phải mua ở ngoài.

甲：记住多带电池，免得在外面买。

B：Máy là máy sạc pin, có thể dùng được 2 tuần.

乙：相机是充电的，可以用两周。

A：Máy hiệu gì mà tốt thế?

甲：什么牌相机那么好啊？

B：Máy nhà tớ là mác Canon.

乙：我的相机是佳能牌。

A：Thế này nhé, chụp tập thể trước, sau rồi chụp theo tổ.

甲：这样吧，先照集体的，然后各组再照。

B：Đứng sang bên này, vì bên kia ngược nắng mặt trời chụp vào rửa ra mặt tối.

乙：站到这边来，站那边是逆光，洗出后脸黑。

A ：Hùng nhớ rửa xong rồi phải ép plastic để cho chống phai màu.

甲：阿雄，记住洗出来后要过塑，以防褪色。

B ：Cứ yên tâm.

乙：放心好了。

词汇表

1 cắt tóc	理发；剪发	2. chụp ảnh	照相
3. đông người	人多	4. một chút	等一会儿；等片刻
5. mốt	摩登；流行	6. tưởng	以为
7. sấy tóc	吹烫发	8. ô	雨伞
9. râm	阴	10. đối với	对于；关于
11. quần chúng	群众	12. nhiệt tình	热情
13. tỉ mỉ	细心；详细	14. hứng thú	兴趣
15. ăn mặc	穿戴	16. siêu	超级；最会
17. hành vi	行为	18. khiển trách	谴责
19. trọc đầu	光头	20. độ	产；生孩子
21. nhuộm	染	22. gội đầu	洗头
23. cạo râu	刮胡子	24. khoét	掏；刮
25. lỗ tai	耳孔	26. dáy tai	耳垢
27. cầu kỳ	讲究	28. đàn ông	男人；男士
29. lỗ mũi	鼻孔	30. chải ngôi	梳分头
31. ép tóc	拉直发	32. uốn tóc	烫卷发
33. tốn	浪费	34. lượt, đợt	轮；轮到
35. kéo	拉	36. tỉa	裁剪；剪疏
37. tông đơ	理发推子	38. rậm	茂密
39. thưa	疏	40. bạc	白；白发
41. sợi	线；根	42. hiệu	牌子；店
43. Pantene	潘婷	44. ngứa	痒
45. gãi	搔痒	46. nhắm mắt	闭眼

47. dao cạo　刮胡刀
48. bôi kem　涂油；涂膏
49. xịt　喷
50. keo　发胶
51. soi　照
52. gương　镜子
53. lược　梳子
54. máy ảnh số　数码相机
55. rửa　洗
56. máy chụp phim　胶卷照相机
57. hiệu chụp ảnh　照相馆
58. đen trắng　黑白
59. áo có cổ　有领衣服
60. mỉm cười　微笑
61. chói mắt　耀眼
62. tấm　一张；一块
63. chớp mắt　眨眼
64. Vạn Lý Trường Thành　万里长城
65. ống kính dài　长镜头
66. zoom　伸缩镜头
67. đèn nháy　闪光灯
68. lạc hậu　落后
69. tia hồng ngoại　红外线
70. pin　电池
71. sạc pin　充电
72. mác　牌子
73. canon　佳能
74. ngược nắng / sáng　逆光
75. ép plastic　过塑
76. chống　防；抗
77. phai màu　褪色
78. tính năng　性能

Hướng dẫn　注释

1．một chút　这一词相当于汉语的"一点儿"，常用来表示一定数量的范围，可带宾语。越语中的"một tý, một tẻo, một tẻo teo"与"một chút"的意思相同。

例：Anh cho tôi một chút thời gian.

你给我一点时间。

Chị cho tôi xin một chút mực

你给我点墨水。

Vẫn chưa đủ, mới một tẻo teo.

还不够，才一点点。

如果在"một chút"前面加上动词"ăn, xem, lấy"等，我们可译为"吃一点、看一下、拿一点"。

例：Anh đợi tôi một chút, tôi gọi người cho.

你等我一会儿，我去叫人。

Nói là đợi một chút, nhưng hiện giờ đã nửa tiếng đồng hồ.

说是等片刻，现在已等了半个小时。

2．cầu kỳ（cầu kì）　形容词。这一词相当于汉语的"讲究、与众不同"，常用来形容一个人的性格或作风。

例：Nhà ông này trang trí rất cầu kỳ.

他的家装修得与众不同。

Anh ta ăn mặc rất cầu kì

他这个人穿戴很讲究。

Anh này làm gì cũng rất cầu kỳ.

他做什么事都很讲究。

补充词汇：

cắt trụi	理光头	cắt bớt	裁剪	cắt ngang	横剪
vẽ lông mi	画眉毛	lông mày lá liễu	柳叶眉		
râu quai nón	鬓毛	mi mắt	睫毛	chuỗi tai	耳坠
thẩm mỹ viện	美容院	bôi mặt	涂脸	bôi son	涂口红
môi đỏ	红唇	má hồng	额红	mặt xanh	脸青
cắt móng tay	剪手指甲				
cắt móng chân	剪脚趾甲			mũi lõm	扁鼻子
mồm vẩu	翘嘴巴	răng khểnh	虎牙	lúm đồng tiền	酒窝
cười duyên	笑得甜	cười nham hiểm	奸笑	chụp trộm	偷拍
chụp bừa	随意照	quay phim chậm	慢拍	ảnh cũ	老照片
ảnh ảo	幻影	ảnh trùng	重影	phóng to	放大
khung ảnh	影框	ảnh vẽ	画画	ảnh kết hôn	结婚照
thợ ảnh	摄影师	thuốc rửa ảnh	显示药水		
kính lúp	凸透镜	kính hiển vi	显微镜	ảnh quảng cáo	广告画

Tập luyện các kiểu câu sau **句型拓展练习**

1．tôi tưởng …

2．một chút

3．cầu kỳ

Tập nói theo chủ đề **对话拓展**

1．以去理发店理发为主题，设计顾客与理发师的一段对话，要求不少于300字。

2．以和同学去人民公园照相为主题，两人进行一段对话，要求不少于300字。

Thường thức 常识

1．越南人照相的忌讳。在越南照相一般可以一人、两人或多人，但不能三个人一起照。据说三人照相不吉利，尤其是夹在中间的那个人。

2．理发的习俗。在越南，小孩出生满月后，父母要找好的理发师来为孩子去胎毛。他们认为从母体带出来的毛叫做"旧毛"，满月后必须理掉，好让孩子"从新发"，其含义为开始长大。同时要办满月酒，参加酒席的都是亲戚或知己朋友。当酒席准备开始时，母亲抱着小孩出来让大家见面，其含义为"见世面"，同时接受大家的祝福。对理发也有讲究，通常男孩子在囟门上要留像桃子形状的一撮发，其含义为男人大丈夫什么时候都要"留头"，因为越南语的"头"和"桃"是谐音，而女孩子是留一撮发在后脑勺，发型像汉语的"米"字，其含义为出嫁后家里都"留米"。目前这一习俗在农村仍然存在。

Bài thứ 17   Bảo vệ môi trường
第十七课   保护环境

Đêm qua chị có ngủ ngon không?

昨晚睡得好吗？

Đêm qua mất ngủ.

昨晚失眠。

Ở đây cấm hút thuốc lá.

这里禁止抽烟。

Hút thuốc lá ảnh hưởng đến sức khỏe.

抽烟影响健康。

Những câu cơ bản   **基本句型**

1. Hút thuốc ảnh hưởng đến sức khỏe.

    抽烟影响健康。

2. Đây là tật xấu.

    这是个坏习惯。

3. Chờ anh về hưu rồi sẽ cai thuốc.

    等我退休后就戒烟。

4. Ở nơi công cộng hút thuốc lá sẽ bị phạt.

    在公共场所抽烟将被罚。

5. Xin anh hãy ăn chuối xong vứt vỏ ngay vào thùng rác.

    请你吃完香蕉后把香蕉皮扔进垃圾桶。

6. Giờ trong siêu thị rất chú trọng đến vấn đề môi trường.

现在超市很注重环保问题。

7. Cái túi ni-lông đựng đồ sử dụng loại vật liệu dễ phân hủy.

装东西的塑料袋都使用降解塑料。

8. Trên thế giới việc bảo vệ môi trường đã được chính phủ các nước quan tâm.

环境保护问题已受到世界各国政府的关注。

Đàm thoại theo tình huống　情景对话

Hội thoại I　Cai thuốc
会话1　　　戒烟

（Sau tiếng ho）
（咳嗽之后）

B：Ho như thế này mà vẫn hút thuốc?

乙：咳嗽成这样还抽烟？

A：Đã nghiện hút 30 năm rồi, cai sao được?

甲：已经抽了30年了，戒得了吗？

B：Em nghe nói, hiện giờ có một loại thuốc uống vào khoảng một tuần là ngửi thấy mùi thuốc lá là sợ.

乙：我听说，现在有一种药吃了后约一周闻到烟味就怕。

A：Anh đã thử rồi, khó uống lắm, em đừng mua cho anh nữa.

甲：我已经试过了，太难吃了，你不要再给我买。

B：Anh Quảng nhà bên cạnh uống vào là cai được đấy.

乙：隔壁家的阿广吃了后把烟都戒了。

A：Anh thà bị ung thư phổi vẫn không cai thuốc lá.

甲：我宁可得肺癌，也不戒烟。

B：Anh sao mà ngoan cố thế?

乙：你这人怎么这么顽固？

A：Không phải anh không muốn cai thuốc, mà do nghề bảo vệ của anh thức đêm, không có thuốc lá thì buồn ngủ.

甲：不是我不想戒烟，而是我干保安这行工作要熬夜，不抽烟就会打瞌睡。

B：Nghe đài nói từ tháng 7 năm nay trở đi, ở nơi công cộng hút thuốc lá là bị phạt đấy.

乙：听说从今年七月份开始，在公共场所抽烟会被罚。

A：Chờ anh về hưu rồi sẽ cai thuốc.

甲：等我退休后就戒烟。

B：Chuyện cai thuốc đã nghe anh hứa nhiều lần, nhưng không lần nào là cai được.

乙：关于戒烟这事，听你许诺过多次了，但是都没有戒掉过。

A：Hút thuốc ảnh hưởng đến sức khỏe, anh biết.

甲：抽烟影响健康，我是知道的。

B：Ho như vậy, em sợ phổi anh có vấn đề gì đó.

乙：咳成这样，我怕你的肺有问题。

A：Tháng trước vừa chụp X quang xong, phổi anh tuyệt đối không có vấn đề gì.

甲：上个月拍了X光片，肺部绝对没问题。

Hội thoại II   Ở nơi nghỉ mát
会话2   在度假村

A：Chị Hương, đêm qua chị ngủ ngon chứ?

甲：阿香，昨晚你睡得好吗？

B：Không, tôi mất ngủ hơn năm rồi.

乙：不好，我失眠都一年多了。

A：Tôi tưởng đến nơi nghỉ mát không khí trong lành và yên tĩnh này là chị ngủ tốt.

甲：我以为到了空气新鲜和安静的度假区你会睡得好。

B：Bác sĩ nói, bệnh tôi thuộc bệnh nghề nghiệp.

乙：医生说了，我得的是职业病。

A：Bệnh nghề nghiệp là loại bệnh gì?

甲：职业病是什么病啊？

B：Tức là môi trường làm việc khắc nghiệt gây ảnh hưởng đến sức khỏe con người. Giờ người ta gọi là ô nhiễm môi trường.

乙：就是恶劣的工作环境对人体健康造成的影响，现在人们把它叫做环境污染。

A：Chị trước làm nghề gì?

甲：你过去做什么工作的？

B：Tôi làm ở nhà máy xi măng.

乙：我在水泥厂工作。

A：Em biết rồi, tiếng ồn, hạt bụi, nước thải, tia sáng là những thứ mà chị phải tiếp xúc hàng ngày.

甲：我明白了，噪音、粉尘、废水、光线是你每天要接触的东西。

B：Đúng. Bây giờ trên thế giới việc bảo vệ môi trường đã được chính phủ các nước quan tâm.

乙：是的。现在保护环境已得到世界各国政府的关注。

A：Hiện tượng đào quặng phá rừng và chất thải nhà máy hóa chất bừa bãi của quê em, năm nay đã được hạn chế nhiều.

甲：在我的家乡，挖矿毁林和化工厂乱排放的现象，今年已得到较好的控制。

B ： Theo các nhà khoa học cho biết mưa bão, lũ lụt nhiều trong năm nay là do nạn phá rừng gây ra. Nghe trên đài nói là hiện tượng Elnino.

乙：根据科学家的分析，今年暴风雨、洪灾多就是由于破坏森林造成的，广播上说那是"厄尼"现象。

A ： Người ta gọi là hiện tượng El Nino.

甲：人们叫做厄尔尼诺现象。

B ： Đúng.

乙：对。

Hội thoại III　Nước bị ô nhiễm
会话3　　　　水被污染

A ： Chị Huệ, giếng nước nhà chị có mùi hôi tanh không?

甲：阿惠，你家的水井有臭腥味吗？

B ： Nhà chị không dùng nước giếng mà dùng nước máy.

乙：我家不用井水，用自来水。

A ： Chẳng biết làm sao, nước vừa vàng lại vừa hôi, không thể ăn được.

甲：不知为什么，水又黄又腥，喝不了。

B ： Có lẽ bị ô nhiễm rồi.

乙：可能被污染了。

A ： Em thấy ao cá của nhà ông Hiệp bị chết hết.

甲：我见阿协家鱼塘的鱼全都死光了。

B ： Có lẽ là do nước thải của nhà máy giấy làm ô nhiễm.

乙：可能是造纸厂排出的污水污染造成的。

A ： Bây giờ làm cách nào vậy?

甲：那现在怎么办？

B ： Một là ăn nước máy, hai là đi kiện nhà máy giấy.

乙：第一，使用自来水，第二，状告造纸厂。

A ： Liệu có thắng kiện không?

甲：估计能胜诉吗？

B ： Theo chính sách của chính phủ, người nào gây ô nhiễm người đó sẽ bị trừng phạt

乙：根据政府的政策，谁造成污染谁将受到惩罚。

A ： Đúng, phải nghiêm như thế mới được, nếu không thì nhiều nhà máy sản xuất vì lợi ích của riêng mình, làm ra sản phẩm gây hại đến sức khỏe cho con người.

甲：好。必须要这样严才行，否则很多工厂为了自己的利益，生产出危害人们身体健康的产品。

B ： Vừa rồi trên ti vi có nói, cá bồi xuất khẩu sang Mỹ bị kiểm tra phát hiện chất kháng sinh vượt tiêu chuẩn, đồ chơi trẻ con dùng loại sơn gây bệnh ngoài da, rau xanh bán ngoài chợ kiểm tra có tàn dư của thuốc trừ sâu.

乙：最近电视上说，出口到美国的三文鱼经检查发现抗生素超标，小孩玩具使用的油漆是容易引起皮肤病的油漆，市场上的青菜经检查发现有残余农药。

A ： Sợ thật. Giờ em chỉ mua rau sạch ở trong siêu thị thôi.

甲：真可怕，我现在只到超市买净菜吃。

B ： Em xem, giờ trong siêu thị cũng chú trọng đến vấn đề môi trường, cái túi nhựa đựng đồ là sử dụng loại vật liệu dễ phân hủy.

乙：你看，现在超市也注重环保问题，装东西的塑料袋也使用可降解塑料。

A ： Các nước phát triển người ta bảo vệ môi trường rất tự giác, còn mình thì ngoài phố xá rác rưởi, đầu thuốc lá, nhổ đờm đầy đường.

甲：在发达国家，人们的环保意识很强，而在我们这里，垃圾、烟
头、口痰满街都是。

B：Tôi cho rằng đó là tật xấu, có người ăn chuối xong là vất vỏ ngay
xuống đất, trong khi đó thùng rác ngay bên cạnh mình mà không vất.

乙：我认为这是个坏习惯，有人吃完香蕉就把香蕉皮扔在地上，而
垃圾桶就在他旁边。

词汇表

1. bảo vệ　保护；保卫	2. mất ngủ　失眠
3. cấm　禁止	4. hút thuốc lá　抽烟
5. chấp hành　执行	6. chống　防止；抗止
7. chủ trương　主张	8. môi sinh　生态
9. tham nhũng　贪污腐败	10. phương pháp　方法；措施
11. giải quyết　解决	12. nạn　灾害；灾难
13. phá rừng　毁林	14. trầm trọng　严重
15. cấp bách　紧迫	16. đảng viên　党员
17. chất độc　毒药	
18. chất độc màu da cam　橙色落叶剂	
19. tội ác　罪恶	20. chối cãi　否认；狡辩
21. ăn cháo　喝稀饭	22. ăn cắp　盗窃
23. hy sinh　牺牲	24. công cộng　公共
25. vứt　扔；丢	26. rác　垃圾
27. rác rưởi　垃圾（总称）	28. lung tung　乱七八糟；零乱
29. hạ thấp　降低	30. ý thức　意识
31. khư khư　呵呵（象声词）	32. nghiện　瘾
33. cai　戒	34. ngửi　闻；嗅

35. Quảng　广（人名）

36. ung thư　癌症

37. phổi　肺

38. ngoan cố　顽固；保守

39. thức đêm　熬夜

40. buồn ngủ　想睡觉；困

41. phạt　罚

42. X quang　X光

43. Hương　香（人名）

44. nghỉ mát　度假；疗养

45. yên tĩnh　安静

46. bác sĩ　大夫；医生

47. bệnh nghề nghiệp　职业病

48. tác hại　危害；伤害

49. xi măng　水泥

50. tiếng ồn　噪音

51. hạt bụi　粉尘

52. nước thải　废水；排废水

53. tia sáng　光；光线

54. tiếp xúc　接触

55. chính phủ　政府

56. quan tâm　关心

57. đào　挖；采

58. quặng　矿

59. chất thải　废质；废料

60. hóa chất　化工

61. bừa bãi　乱七八糟

62. hạn chế　限制

63. nhà khoa học　科学家

64. lũ lụt　水灾

65. gây ra　造成

66. El Nino　厄尔尼诺

67. Huệ　惠（人名）

68. giếng　水井

69. hôi tanh　腥味

70. nước máy　自来水

71. Hiệp　协（人名）

72. chết　死

73. nhà máy giấy　造纸厂

74. kiện　状告

75. liệu　估计；料算

76. thắng kiện　胜诉

77. trừng phạt　惩罚

78. nghiêm　严

79. vì　为；为了

80. lợi ích　利益

81. riêng mình　个人；本人

82. gây　造成

83. cá bồi　三文鱼

84. chất kháng sinh　抗生素

85. vượt　超；越

86. tiêu chuẩn　标准

87. đồ chơi　玩具

88. bệnh ngoài da　皮肤病

89. rau xanh 青菜
90. tàn dư 残余
91. thuốc trừ sâu 农药
92. rau sạch 净菜；绿色蔬菜
93. chú trọng 注重
94. túi 袋子
95. ni-lông 塑料
96. đựng 装
97. phân hủy 分解
98. vật liệu phân hủy 可降解塑料
99. nước phát triển 发达国家
100. tự giác 自觉
101. phố xá 城市（总称）
102. đầu thuốc lá 烟头
103. nhổ 吐；拔
104. đờm 痰
105. đầy 满；溢出
106. tật xấu 坏习惯；陋习
107. chuối 芭蕉；香蕉
108. vỏ 皮
109. thùng rác 垃圾桶
110. bên cạnh 旁边
111. dung dịch thải 液体废料；排放物
112. bể lắng 沉淀池
113. bãi phế thải 垃圾场
114. phế liệu 废料
115. thu hồi 回收
116. lợi dụng 利用
117. tối thiểu 起码；最低
118. ống thải 排水沟；排污管
119. khử tiếng ồn 抑制噪音
120. nguồn 源；源头
121. khí thải 废气
122. độ bụi trong khí thải 粉尘排放度

Hướng dẫn 注释

1. triệt để 相当于汉语中"彻底"的意思。

例：Chống tham nhũng một cách triệt để.

彻底防止贪污腐败。

Tìm ra phương pháp giải quyết nạn phá rừng trầm trọng này là nhiệm vụ cấp bách.

寻找严重毁坏森林的解决措施是项紧迫的任务。

2. tuyệt đối… 相当于汉语中"绝对"的意思。

例：Đây là bệnh viện, tuyệt đối không được hút thuốc lá.

这是医院，绝对不能吸烟。

Người cán bộ đảng viên phải tuyệt đối nghe lời của Đảng.

党员干部要听党的话。

3. thà…vẫn không (chứ không) 相当于汉语中"宁可……也不……"的意思。

例：Tôi thà ăn cháo, vẫn không đi làm nghề ăn cắp.

我宁可喝稀饭，也不去学盗窃。

Em thà thi được điểm 4, vẫn không chép bài.

我宁可考得4分，也不抄课文。

Thà hy sinh tất cả, chứ không chịu mất nước.

宁可牺牲一切，决不失去祖国（胡志明）。

4. vừa…vừa… 相当于汉语中"一边……一边……（又……又……）"的意思。

例：Em vừa học vừa làm.

我边学习边工作。

Hút thuốc lá vừa hại sức khỏe, vừa ô nhiễm môi trường công cộng.

抽烟又损害健康，又污染公共环境。

Vất rác lung tung vừa làm bẩn đường phố, vừa hạ thấp ý thức con người.

乱扔垃圾又损坏市容，又降低个人意识。

5. thuốc 名词，相对于汉语来说，其范围较广。在本课文中该词所涉及的含义是"香烟"，而"香烟"越南人一般叫"thuốc lá"，但有时简称为"thuốc"。而越南语中的"烟"与"药"是同一个词，为了在使用时易于辨别，在句子中"thuốc"的前面有动词"hút"可译为

"香烟"，若有动词"uống"可译为"药"。

例：Đây cấm hút thuốc lá.

这里禁止抽烟。

Ở đây không cho hút thuốc.

这里不许抽烟。

Một ngày uống 2 lần thuốc.

一天喝药两次。

Đây là thuốc bổ.

这是补药。

但有时也会出现难辨别的句子。如"tại đây có thuốc bán không"，翻译成"这里有药卖吗"或者"这里有烟卖吗"都可以，要看实际上下文的关系。

和"thuốc"结合的几个常用词有：kính thuốc（眼镜），thuốc nổ（炸药），thuốc trừ sâu（农药）等。

6. liệu 相当于汉语中的"估计、料算、预料"。

例：Anh đoán xem, liệu trận này có thắng được không.

你判断一下，这场估计能赢吗？

Tìm mãi không thấy, liệu anh ta chạy đi đâu?

到处找都不见，估计他到哪儿去呢？

Công việc hôm nay liệu xong không?

这项工作今天估计能完成吗？

但"liệu"后面若跟上"chừng, hồn"，则带有警告的含义。

例：Liệu chừng, nói mà không nghe sẽ biết.

小心，说你不听有你好看。

Liệu hồn, tôi không phải nói đùa đâu.

小心，我不是说来玩的。

7. chết 这个词相当于汉语的"死"，这一词多用来指物，若指人则多含有贬义。如，越南语中，一般的平民去世叫 "chết"，较尊重的人逝世不能称 "chết" 而称 "mất"，更为尊贵的称 "từ trần" 等。用于指物的例子如下。

例：Con chó chết ngoài đường.

那条狗死在路边。

Tôi vừa đánh chết con rắn.

我刚打死一条蛇。

Đồng hồ em đã chết.

我的手表停了。

Nước lạnh chết người.

水冷死了。

补充词汇：

khói đen	黑气	chất bẩn	污染物	khí quyển	大气层
khí các bon	二氧化碳			khí ni tơ	氮气
trạm khí tượng thủy văn	水文气象站			thiết bị lọc	过滤设备
hít vào	吸进	thở ra	呼出	cúm gia cầm	禽流感
nước mặn	咸水	rừng phòng hộ	防护林		
dương tính	阳性	tiêu chuẩn Euro III	欧洲三排放标准		
khí thải nhà kính	温室排放			lấy mẫu	取样
vệ sinh môi trường	环境卫生			chất xúc tác	催化剂
xét nghiệm	检验	khí lưu huỳnh	硫黄气体		
khử trùng	杀菌	phù sa	淤沙	cằn cỗi	枯槁
hòa tan	融化	giếng khoan	打井	bể lắng	沉积池
ngăn cản	阻挡	bầu lọc	过滤器	rừng tự nhiên	自然林
nhà máy điện hạt nhân	核电站			đốt than	烧煤
viêm phế quản	气管炎			nguồn nước	水源
rừng hoang dã	野林	ruộng phèn chua	酸性田		

Tập luyện các kiểu câu sau   句型拓展练习

1. tuyệt đối…

2. thà…còn hơn / chứ không

（有时也用作　thà… vẫn không）

3. triệt để

4. liệu

Tập nói theo chủ đề   对话拓展

1. 以劝朋友戒烟为主题，两人一组进行一段对话，要求不少于300字。

2. 用越南语谈谈环境保护的重要性。

Thường thức 常识

1. 世界环保日是6月5日，由联合国大会于1972年确定。

2. 世界无烟日是5月31日，由世界卫生组织于1987年通过。

3. 《越南环保法》于1993年颁布后历经多次修改，新的环保法于2006年7月1日开始实施，《环保法》共15章136条款。越南资源环境部现任部长是范魁原。

4. 越南行政制度。越南全国共分59个省和5个直辖市（Hà Nội河内、Hải Phòng海防、Đà Nẵng岘港、TP. Hồ Chí Minh胡志明市、Cần Thơ芹苴），全国有631个县（包括直辖市的郡）和10553个乡。行政等级分为四级：中央—省—县—乡。越南国家的最高行政机构是越南政府，政府成员包括总理、副总理、各部部长、委员会主任等。总理任期为五年，政府对国会负责。